ஜெல்லி மீன்கள் கரையொதுங்கும் கடல்

ஜெல்லி மீன்கள் கரையொதுங்கும் கடல்

நேசமித்ரன்

எழுத்து பிரசுரம்

Title : Jelly Meengal Karaiyothungum Kadal
Author's Name : Nesamithran

Published by Ezutthu Prachuram

Zero Degree Publishing
No. 55(7), R Block, 6th Avenue,
Anna Nagar,
Chennai - 600 040

Website: www.zerodegreepublishing.com
E Mail id: zerodegreepublishing@gmail.com
Phone : 98400 65000

Ezutthu Prachuram First Edition: January 2024
ISBN: 978-93-90884-07-0
TITLE NO EP: 496

Cover Design & Layout: Vijayan, Creative Studio

எனக்குக் கதைகள் ஊட்டி
எழுத்துக்கு வித்திட்ட
பாட்டி கமலா ரெங்கராஜ்-ன் நினைவுக்கு

நேசமித்ரன் என்ற புனைப்பெயரில் எழுதி வரும் திருராம்சங்கர் திண்டுக்கல்லைச் சேர்ந்தவர். இது இவரது மூன்றாவது கவிதைத் தொகுப்பு. கவிஞர், புனைகதை எழுத்தாளர் மற்றும் மொழி பெயர்ப்பாளர். பெரும்பாலான இவரது படைப்புகள் பெண்ணியம் குறித்தும் நவீன இந்திய சமூகக் கலாச்சாரத்தின் மீதான அறிவியலின் தாக்கம் குறித்தும் படிமங்களின் வழி உரையாடுபவை. இவரது முதல் கவிதைத் தொகுப்பான கார்ட்டூன் பொம்மைக்குக் குரல் கொடுப்பவள் 2011ல் வெளியானது. இரண்டாவது கவிதைத் தொகுதி - மண்புழுவின் நான்காவது இதயம். 2013ல் உதிரிகளின் நீலப்படம் எனும் விமர்சனக் கட்டுரைகளின் தொகுப்பு வெளியாகியுள்ளது. மூன்றாம் பாலினம், குழந்தைகளின் அக உலகம், மரணம் என வெவ்வேறு பிரச்சினைப்பாடுகளைப் பேசிய, வலசையில் வெளியான நவீனச் சிறுகதை களைத் தொகுத்து இரண்டு பிக்சல் குறைவான கடவுள் என்றொரு சிறுகதைத் தொகுப்பையும் வெளியிட்டுள்ளார். 2010ல் நிறுவிய வலசை என்ற சிற்றிதழின் ஆசிரியர். இவருடைய படைப்புகள் உலகளாவிய நல்லிணக்கம் மற்றும் அமைதிக்காக திரு. மதன் காந்தி தொகுத்த அனைத்துலக தொகைநூலொன்றில் N. பத்மா அவர்களால் மொழியாக்கம் செய்யப்பட்டு இடம்பெற்றிருக்கிறது. இவரது கவிதைகள் மொழிபெயர்ப்பாளர் கவிஞர் ரிஷி (லதா ராமக்ருஷ்ணன்) மொழிபெயர்ப்பில், Muse India இதழில் வெளிவந்திருக்கின்றன.

பிரியம் பகிர்தல்

மே. அருணாச்சலம்

அமரர் ஸ்ரீபதி பத்மநாபா

காயத்ரி

ராம்ஜி நரசிம்மன்

தங்கத்தை நிறுத்தல் மொழி

ராஜசுந்தர்ராஜன்

வாழைப்பழம்போல உரித்து வாயிலிட வாகாக இருக்கவேண்டாமா? பலாப்பழம் இதென்ன பழம், வேலை வாங்குகிறது?!

நேசமித்ரன் கவிதைகளில் ஓரொன்றும் ஒரு பலாப்பழம். எண்ணெய், கத்தி, துணி, கும்பா என எல்லா முன்னேற்பாடுகளோடும் களமிறங்க வேண்டும். வாசக சோம்பேறிகளுக்கு, ஆகவே வாகில்லாதன இவருடைய எழுத்தியாப்புகள்.

முத்துக்குளி கடலுக்குள் கயிறுகட்டி ஆழ்ந்தாலும் இடர்ப்பாடுகளின்போது சுண்டப்படும் கயிறு பிடித்திழுத்துக் கரையேற்ற, படகில், நமது மச்சான் இருக்கவேண்டும் என்பார்கள். இது தகவல். எனக்கு மச்சான் இன்டர்நெட்.

இவ்வளவு பாடுபட்டு கவிதையை அணுக வேண்டுமா? தகவற்சுட்டுகள் கவிதைக்குள் இருந்தால்வேறென்ன செய்ய? தகவற்சுட்டு என்பது புதுக்கவிதையில் ஓர் உறுப்பு. என்ன ஓய்? இலக்கணம் இல்லாததுதான் புதுக்கவிதை என்றார்கள், நீர் இலக்கணம் கற்பிக்கிறீர்?

இலக்கணம் என நம்மவர்கள் கற்பித்தது எதுகை மோனை இன்னின. இன்னின இல்லாத 'செந்தொடை'க் கவிதைகள் அந்தக் காலத்திலேயே ஐயாயிரத்து சொச்சம் இருந்தன என்று சொல்லப்படுகிறது. தொகுக்கப்பெறவில்லை. அப்படியொரு கவிதையை, சங்கநூல் உரைகளொன்றில், நானே வாசித்திருக்கிறேன். ஆகவே, புதுக்கவிதை என்பது அதுவன்று.

டி.எஸ்.எலியட், "Then spoke the thunder: Da Da Da" என் கையில், நம் கையில், 'ப்ருஹதாரண்யக உபநிஷத்' விரிய வேண்டி நேர்கிறது அல்லவா?

அதேதான். அதாவது, மொத்த உலகத்தையும் ஒரு குவிமையத்தில் கொண்டுவரக்கூடும் ஒரு கவிதை. பேருலக பிரம்மாண்டத்தின் சின்ன வடிவம்தான் கவிதை.

இதற்கு எதிராகக் கிளம்பியதொரு வகைமைக்கும் (அல்லது பரிணாம வளர்ச்சியா?) இலக்கணம் உண்டு: எழுதப்பட்டதற்கு (பிரதிக்கு) அப்பால் ஒரு சுட்டுதலோ புண்ணாக்கோ இருக்கக்கூடாது என்பதே அது. என்றால், ஞாபகங்கள்? கனவுகள்?

நாமோ ஞாபகங்கள் ஏனைக் கனவுகளின் பொதி கழுதை.

'The Waste Land' அடிகளில் உபநிஷதம், நேர்-ஈவு (positive) ஆகவும் எதிர் - ஈவு (negative) ஆகவும் பொருள் கொண்டுகூட்டும். நவீனக்கவிதை அப்படித்தான், நிகழ்வனவற்றில் தொன்மைகளை வார்த்து, உத்வேகத் திரி தூண்டும். உத்வேகம் என்பது அக்கணம் தலையில்விழும் ஆப்பிள் பழம்.

ஞாபகங்கள் கனவுகள் எல்லாம் நடப்பிலேதான் அர்த்தமாக முடியும். எக்காலத்தது ஆயினும் கவிதை இக்காலத்ததே. இக்காலத்து அதே.

ஈத்து தீர்ந்ததும் லாரிகளில் பயணப்படுகிறது
வாங்கக் குடம் நிறைத்த வள்ளல் இனம்

என்று நேசமித்ரனை வாசிக்கையில், ஆண்டாள் ஞாபகம் வர, அழன்றுபோகிறோம். யங் லியான், விஷ்ணு ப்ரியா, லாரா ஃபாபியன் என வெளிப்படையாகச் சில; இன்னும் மறைமுகமாகப் பல எனச் சுட்டுதல்கள் இக் கவிதை நூலில் உள. இவை புறவயமானவை.

லாரா ஃபாபியன், ஒரு மேடையில், தனது "Je t'aime" பாடலைப் பாடத் தொடங்குமுன்பே ஒருமித்துக் குரலெடுத்துப் பாடி புளகம்கொள்கிற ஒருகூட்டம் செவியுணர் வினார் முன், நெஞ்சாங்குலை தொண்டைக்கு விம்ம, நாமும் அவள் போலவே கசிகிற இரு கண்கள் அவ்வளவே!

ஆக, புறத்ததா, நம் அகத்ததுதானா இப் புரிந்துணர் பழைமை?

ஆமை, குழிமுயல், இலைப்பூச்சி, பாம்புச்சட்டை, மயிற்பீலி, ஆமணக்குவிதை, யானைச்செந்தட்டி, தினை, தவளைக்கல், மணிகர்ணிகா என நமது ஞாபகத் தந்திகளை / வார்களை மீண்டும் சுதிபிடிக்கும் தொல்செவிவிரல்கள் நேசமித்ரன்.

ஆனால், இவரது உவமங்கள் / படிமங்கள், அடைகாத்து முதிர்வித்த முட்டையை தாய்தானே ஓடு உடையக் கொத்தி, அன்றுதானே உலகிலிறக்கிய பறவைப்பார்ப்பின் துடிப்புகள்.

'போல' எனும் உவம உருபு தேய்வழக்காகிவிட்டது என்று, பெருவாரியாக, 'ஆய்' பயன்படுத்தும் வழக்கம் கவிஞர் பிரமிள் காலத்துக்கு முன்னேபின்னே தோன்றித் தொடர்கிறது. நேசமித்ரனிலும் இந்த 'போல' 'ஆய்' இல்லாமல் இல்லை. ஆனால் இவரது சிறப்பு, உவமானத்தையும் உவமேயத்தையும் அண்டக்கிடத்தல் (juxtapose):

ஒரு விசாரணை அறையில்
தலைகீழாய் தொங்கும் சிரத்தின் கண்கள்
இரட்டைக்கரு சுமப்பவளின்
இரவுநேர இருதயம்
ரயில் கனவில் புணர்ந்த முகம்
வரைவது
காதுகளற்றவன் பார்த்த
பௌர்ணமிக்கடல் ஞாபகத்தை
எழுதுதல்

முளைகட்டிய பயிர்களின்
மெல்லிய அசைவை வெறித்தல்
சொட்டும் சலைன் பாட்டிலின்
குமிழ்களை எண்ணிக்கையிடுவது

இதில், ஒன்றுக்கு மற்றது உவம உவமேய மறுதலையாக அமைவதும் கவனிக்கத்தக்கது.

இன்னவகையான 'அடுக்குவமை'யிதன் அமைப்பின் புதுமையால், அல்லது நமக்குப் பழக்கமின்மையால், நேசமித்ரன் இன்று புரியாமைக் கவிஞர்களில் ஒருவராகக் கணிக்கப்படுகிறார். தம் போதாமையை எதிர்பெய்து பறிதல் மனிதகுல இயல்புதானே?

ஆனால், அப்படியொன்றும் புரிந்துகொள்வதற்கு கடிதான கவிஞரல்லர் இவர். அப்புறம், கவிதைதான் என்னத்துக்கு புரிந்துகொள்ளப்பட வேண்டும்? "எல்லாச் சொல்லும் பொருள் குறித்தனவே," என்பதால் அறிவு சற்றே தலைகாட்டாமற் போகாது. ஆனாலும் அறிவுசார்ந்தது அன்று,

உணர்வுசார்ந்தது கவிதை. உணர்வுகூட இல்லை, அது உத்வேகம்.

மேகங்களை எண்ணும் பெண்

பிசகி ஏறிய முள்ளுடன்
நீரில் வீழும் பாம்பின் உடல்மொழி
முழுநிலா பார்த்துப் பேசும் ஓநாயின்
குரல்பாதையை ஒத்தது

வெள்ளம் வந்த நகரத்தின்
மிதக்கும் சர்க்கஸ் கூடாரத்தில்
நீந்தத் தெரிந்த மிருகம் உள்ள கூண்டு
மெல்ல மூழ்குகிறது

ஸ்டெம் செல் வங்கியின் வாசலில்
பதனத் தைலமிடப்பட்ட
மௌனத்திடம் கதைத்தபடி மேகங்களை
எண்ணுகிற ஆட்டிசப் பிச்சியின்
கடைவாயிலொழுகும் நீர்
சொட்டுகிறது
தொப்பூல் கொடி
அடைத்துச்செய்த தாயத்தின் மீது
இறுதிநாள் அடைக்குப் பின்
தன்னைக் கொத்தித்திறக்கும்
அலகின் மீதான காத்திருப்பிலிருக்கிறது
பறவைக் குஞ்சு

ஒலிவாங்கியின் முன் நின்று
புகைத்துக் கொண்டிருக்கிறான்
ஊமை பார்ஊழியன்
தன் பாடலை.

இப்படித்தானே அண்டக்கிடத்திய காட்சிகளால் ஆகிவருபவை இவரது கவிதைகள். இதிலே, முதற்கண்ணி ஒரு வேதனை அல்லது அமைதியின்மையைக் காட்சிப்படுத்துகிறது; இரண்டாவது, மாட்டிக்கொள்வது அல்லது விதியின்வாய்ப் படுவதை; மூன்றாவது, கையறவு அல்லது

நிலையாமையை; நான்காவது, அந்தரநிலை அல்லது சார்ந்திருத்தலை; ஐந்தாவது அபத்தநிலை அல்லது மனமழிதலை.

ஒரு நவீன ஓவியத்தை அல்லது இசைக்கோவையை புரிந்து... தப்புத்தப்பு, உணர்ந்து கொள்வதைப்போல இந்தக் கவிதை உள்வாங்கப்பட வேண்டும். கிட்டிய ஐந்தாறு மீன்களை, தூண்டில் ஆள் ஓரே ஈர்க்கில் கோர்த்தெடுப்பதைப்போல் இக் கண்ணிகள் கோர்க்கப்படவேண்டும். ஈர்க்கு எது? கவிதையைப் படித்து முடிக்கையில் நமக்குள் உருவாகிவிடும் அது. இருந்தாலும் தலைப்புக் கொடுத்திருக்கிறார். அதில், 'மேகம்' குறிப்பு.

இது என் வாசிப்பு. இதைத்தான் கவிஞரும் உட்பொதித்தாரா தெரியாது. கவிதை, அது கவிதை எனில், நமது தியானத்திற்கு வாய்ப்பளிக்கும்.

அரசியற் கவிதைகள் பலவுண்டு இத்தொகுப்பில். வரவேற்கத்தக்கது. ஆனால் அரசியற் கருத்துநிலை, பொதுவாக, கவித்துவத்தை மட்டுப்படுத்தும். அது கருதியோ மற்றோ இவர், நேர்படப்பேசுதல் எனும் புலம்பல் / கொக்கரிப்பால் வாக்கியம் மடக்காமல், சுட்டியுணர்த்துதல் எனும் கவித்துவ அமைதிக்குள் அமைகிறார்.

புரிந்துணர் பழைமை என்றேன். என்றால் அது கடவுள் அல்லவா? பனிக்குடம், கொப்பூழ்க்கொடி இவை நம் பழைமை இல்லையா? பழைமைதான்; கற்பனைக்கு எளிய, ஆனால் எட்டாத ஆவுடை. அங்கிருந்து கொள்முதல் கொண்டு நாம் புத்துயிர்க்க முடியும். நமக்குத்தான் அதில் உகப்பில்லை.

தொன்மை, இயற்கைவளம் தொலைவது குறித்த வலியுணர்த்தும் கவிதைகள் இதில் உள.

மனித இனப் பெரும்பான்மையால் நேர்கிறதா அழிவு, 'வைரஸ்' குணத்தாலா? ஏரிகுளங்களை விழுங்குவது எந்தப் பெரும்பான்மை? வயலில் வீடுகட்டி மாடித்தோட்டம் போடுவது என்ன குணம்?

. . .
சாத்தான் தன் ஆணுறையை மறந்துவிட்டு
வந்திருக்கிறான்
கடவுளின் அந்தப்புரத்தில்

அதுதான் மேட்டர். புறப்பொருள் பாடுகிற கவிஞர்கள் அருகிப்போன

இக்காலத்தில், தனது வாசிப்பின் கனஅளவால் அனுபவத்தால் உலக நலனில் அக்கறைப்பட முடிகிறது நேசமித்ரனுக்கு. காட்சியுணர்வுகளின் துல்லியத்தை முயலும் இவரது உவமங்கள் மட்டுமல்ல இந்த அக்கறையும் தமிழுக்கு கொடைதான்.

ஒரு குழல்விளக்கு கண்ணாடியெதிரே வெகுநேரம் திக்கித்திக்கிப் பேச விழையும்

சுவாசமாய் எனது இந்த எழுத்து தோன்றுகிறது. இதால் உங்களது சிறு தேவையாவது தெளிவுபட்டிருந்தால் மகிழ்வேன்.

ராஜசுந்தரராஜன்
சென்னை
19.10.2016

உள்ளடங்கல்

1

மயிற்பீலி சேமிக்கும் சிறுமிகள்

எசமானர்களற்ற நாய்களுக்கு கருத்தடை செய்து
வீதிகளில் விடுவிக்கிறவன்
கிணற்றில் வீழ்ந்து மூர்ச்சையுற்ற
தன் மகளை 'ஓதி எறியும்'
பிரார்த்தனைச் சாலைக்கு இட்டுச் செல்கிறான்
அவளோ தெளிக்கப் பட்ட நீரைத்துடைத்தபடி
அவரது மயிற்பீலிச் சேகரங்களில்
ஒன்றைக் கோருகிறாள்

எண்ணெய்க் கிணறுகளுக்குத் தீயிட்டு
தன் தேசம் திரும்புகிற சிப்பாயை
'ஹாலோவீன்' வேடத்துடன் வரவேற்கிறது
அவன் குடும்பம்
தார் படிந்த நெருப்புக்கோழியின் சிறகாலான விசிறி
காதல்மனைவியின் திருநாள்
ஒப்பனையில் சேர்கிறது

காலாவதியான லாட்டரிச் சீட்டுகளை
சேகரிக்கும் மனம்பிறழ்ந்த பெண்
தையலகங்களின் கத்தரிக்கப்பட்ட

உபரிகளை தன் தலைமுட்டைக்குள்
வைத்து உறங்கும் வழக்கம் உடையவள்
வன்புணர முயன்று விரைகடித்துத்
துப்பப்பட்ட காக்கிநிற நாளில்
திடீர் அணு ஆயுதங்களைப் போலவே
அங்கே காய்ந்தசாண நிறத்தில் பொட்டலங்கள்
தோன்றின

பெருங்காற்று நாட்களில் வரும்
ஞாயிறு மாலைகளில்
நகரத்தின் வானுயர்ந்த மேம்பாலங்களின்
கீழ் உறங்குபவர்கள் உடலை
கடவுளுக்கு அடுத்தபடி
புணர்ச்சியற்றுப் பிறந்த கறிக்கோழிகளின்
சிறகுகள் இலைகளைப் போல் பற்றுகின்றன

2

திமில் கரையப் பெய்யும் மேகம்

அறுவடை முடிந்த நிலத்தை
எரித்துக் கொண்டிருக்கும் கரத்தின் மீது
எங்கிருந்தோ பறந்தமர்கிறது
ஓர் இலைப்பூச்சி

காற்றில் உருளும் பாம்புச்சட்டை
நிலத்தின் புறங்கை நரம்புகளாய்
ஓடும் வரப்புத் துவாரங்களில்
நுழைந்து வெளியேறும் புகை

உரக்க விளித்து
பரிசோதனைக்குக் குடுவை தரும்
பேறுமனை செவிலியின் புன்னகை முன்
மிருகக்காட்சிசாலைக் கிரேனால்
பற்றமுடியாமல் தொங்கும்
மரித்த ஒட்டகச்சிவிங்கியின்
நீள்கழுத்தைப் போல் நிலந்தாழ்கிறது
அவன் பெயர்

வைக்கோல் அடைத்த கன்றுக்கு
மடிசுரக்கும் கறவைகள் வாழும்
இன்னும் கருணை மிச்சமுள்ள
நிலத்தில் புனுகுப் பூனைகளின்
நிழல்கள் அலைகின்றன

நுரையற்ற மௌனத்தில்
ஒரு தானியவடிவப்படகு மிதக்கும் கடலிடை
நட்சத்திரம் பூத்த கோடிமலர்த்
தாவரத்தின் பிடுங்கப்பட்ட
வேராய் இறங்குகிறது ஓர் மின்னல்

கால்களில்றெக்கை கொண்ட மீனுள்ள
அப்பறவை மெல்ல கோணம் மாற்றி
தாழ்கிறது

நிலவென்னும் திமில் கரைய
பெய்யக் கூடும் மழை.

3

ஞாபகம் நத்தையின் ஓடு

ஞாபகம் நத்தையின் ஓடு
துகிலுரித்து கொண்டிருக்கும்
சர்ப்பத்தை கடக்கும் வரை

மீனுண்ணும் தாய்மீனின்
முட்டைக்குள் மீண்டும் கருவாகுமோ
முன் கொண்ட மகவு

பொற்கோழியோ
நற்காகமோ
அடைகாக்க மட்டும்
அறிந்தவை பறவைகள்

லோகிதாசனின் பிணக் கூலியாய்
அன்பு
காணப் பெறும் கண் சார்ந்து

தனதன்பை பகடி செய்தவர்களிடம்
தரவும் புத்தனிடம்
ஒரு புன்னகையே இருந்தது

4

பிக்ஸல் பதுமைகள்

அந்த விரல்களுக்கு
நஞ்சுண்ட கண்டத்தை
தொட்டுப் பார்க்க வேண்டும் போல் இருக்கிறது
அவரது உள்ளங்கை துவாரங்களை வருடவும்
தற்கொலைத்த பெண்ணின் பிரேத பரிசோதனைக்கு
ஏன் அவ்வளவு தாமதம் என்று யாரும் கேட்கவில்லை
துயரத்தை உற்பத்தி செய்பவர்களை
மயானத்தில் எரிப்பவனுக்கு பிடித்திருக்கிறது
சதா சொற்களில் சிதை வளர்த்துக் காத்திருப்பவர்கள்
மூங்கிலில் பாலேந்திய மென்கொட்டு சப்தத்துடன்
திசையளக்கிறார்கள்
பசை தீர்ந்த விருத்தப் பைகள்
நதித்தீரம் எங்கும்
பாசி காய்ந்த கூழாங்கற்கள்
இந்த கவிதை முடிவதற்குள் நாம் யாரையாவது
இக்கவிதைக்குள் கொன்றாக வேண்டும்
குறைந்த பட்சம் ஏதேனும் ஒரு காயத்தின் சீழ்
விருத்த சேதனம் செய்யப்பட்ட ஒரு தோல் துண்டு
மாதவிடாய் பஞ்சை அதன் சிவப்பை
இலட்சத்தியோராவது முறையாக

தற்கொலைத்தவனின்
ஆடை நனைத்த விந்தை
மயானத்து புகை போக்கியின்
குமட்டும் நாற்றத்துடன் பறக்கும் கருமையை
எச்சங்களைத் தின்னும் பறவைகளின் அலகுகளைப்
போல் வளைந்த விரல்களில் இருதயத் திசு
சுரண்ட ஏதுவாய் மெட்டாலிக் நகங்கள்
பாவனை இரத்தம் பெருக இறைஞ்சும்
பிக்சல் பதுமைகள்
மெய்யாகவே அழும்போது சுரப்பு
தூர்ந்து போயிருந்தது சன்னதக் கடல்.

5

ஈசமுத்தை சூடாக்கி கைமரப்பை நெகிழ்த்துதல்

தன் கூட்டுக்குள் தலைகீழாய் அலகு நுழைக்கும்
பறவையின் வால்
காலத்தின் வேகமுள்

பனிக்குடத்துக்குள்ளிருந்து பார்ப்பதாய்
மேகரோமம் வளரும் பிரசவபாரத்துடன் மலை

உற்சாகக்குடிலின் நேற்றைய நிலாத்தின்னிகள்
வென்ச்சுரா கம்பெனியார்
வர்ண நீரூற்றின் நடனமென
இருபால் விளையாட்டுகள்
கெச்சட்டமானது
ஈசமுத்தை சூடாக்கி
கைமரப்பை நெகிழ்த்துதல்

முன்னம் மூங்கில்கால்கள் அமைந்திருந்த
மோட்டு நிலத்தில்
தாள்களில் எண்ணெழுதி கவிழ்த்து
கல் வைத்து பரப்பினர்

ஆட்ட விதி இதுவே
வரிசைக்கிரமமாய் இரண்டாய்ப் பிரிந்து
தலைபுரண்ட எண்களைச் சேர்ப்பது

36, 36 என்று முழங்கி
திசை திருப்பினான்
ஓர் யுவன்
28, 28 என்று மடைமாற்றினாள்
ஓர் யுவதி
மூன்றாம் பாத்தி, நான்காம் பாத்தி என்று
எண்ணிக்கொண்டிருக்கிறான் வாசல்காக்கும் கிழவன்

ஒரு கனரக வாகனம் மீண்டும்
ஒரு செல்கோபுரத்திற்கான
பாகங்களைச் சுமந்தபடி கடக்கிறது.

6

பித்தப் பச்சை

யானைச் செந்தட்டியில் புரண்ட
வானம் தன் மேகங்களை
திசைமாற்றிக் கொண்டே இருக்கும்
இந்த காற்றின் காலத்தில்
உதிரும் பூவரசம் பூக்களின் மையத்திற்கும்
நாவற்பழங்களுக்கும் அதே நிறம்தான்
அணுக்கி முற்றாத ஊமத்தம் இலைகள்
கசங்கி நிறமேற்றும் இந்த முகடுகள்
மேலும்
இளம் அல்லித்தளிர்களின் புறங்கை
ஊதாநரம்புகளை எச்சில்படுத்தும்
மீன்குஞ்சுகள் இன்னும் மிருதுவாக்குகின்றன
திசைகளின் வாயில்களை

குருத்தருகே துளையுறும்
கோடைமூங்கில் பிலிற்றும்
பச்சைய வியர்வை
தாழையிதழ் நகங்கள்
தழும்பு விட்டுப் போகும்
நகக்குறி மீது படியும்

மாரிக்காலமகரந்த மஞ்சள்
நத்தையுடல் கவ்வி ஏறும் பாசிப் பாறை
மீதுதிரும் இலையுதிர் செங்கொன்றை
எங்கும் படிவது பித்தத்தின் நிறம்
அந்தரத்தில் இறுதிக்கர்ணம அடிக்கையில் மின்னும்
மணிப்புறாவின் கழுத்துப் பச்சைதான்
பித்தப்பச்சை

வெப்பத்தின் பதம் மீறாமல்
தைலம் இறக்க காய்ச்சப் பெறும் வாசனைமரம்
மெல்லத் தன் பருவகாலங்களை திசுத்திசுவாய்
பிரித்துக் கொண்டிருக்கிறது
எங்கும் விரவுகிறது பித்தத்தின் வாசனை.

7

திருத்தம்

நட்சத்திரங்களின் திக்கலை
நீரலைகள் திருத்தும் வரை
என் வானம் அழகாய் இருக்கும்

8

எளிய ரகசியம்

பச்சைய வகிடு பற்றி
துவங்குகிறது இன்னுமோர் பயணம்
இது வேறு மேகத்திரள்
இந்த சன்னமாருதம் தளிர் மட்டும் தட்டச்சும்
இன்றைய கையசைப்பு சற்றே அலைவு குறைந்தது
இந்தக் காற்றின் காலம் முதிய இலைகளை
பூமிக்கு திருப்புகின்றது
சாரத்தைச் செலுத்துவதை
எப்போது நிறுத்துகின்றன சல்லி வேர்கள்
மொழியின் சூடு
எக்கணத்திலிருந்து நிறமுறிஞ்சத் தலைப்படுகிறது
தற்கணத்தின் புதிர் அவ்வளவு எளிய
ரகசியம்
கண்பொத்தி விளையாட்டில்
குழந்தை தன் விரல்களை விலக்கிக்
கொண்டுவிட்டாள்

9

இறைஞ்சுதல்

நிறமிழந்து
வசந்தகாலப் பொய்களென
உதிர்ந்து கொண்டிருக்கிறது மேகம்
தூரத்தில் ராட்சச எந்திரமலர்கள்
உதிரும் சப்தத்துடன்
போர்விமானம் இறங்குகிறது
பசித்தோய்ந்து வலுவிழந்த கரங்களால் ஒரு
வேகாத விலங்கின் உடலில் இருந்து தொலியை
உரித்தெடுப்பது
தீக்காயத்திலிருந்து பாதி எரிந்த
ஆடையை பிய்ப்பதற்கு குறைவில்லை
ஆமைகளுக்கு கனம் பழகிப் போவதை
குறித்து அவள் பேசிக் கொண்டிருந்ததை
உங்களிடம் சொல்லியாக வேண்டும்

உடையும் கண்ணாடி வீட்டில் இருப்பதை
நிலாவை தின்னும் இருள்போது
நினைவூட்டுகிறது அலசிவிட்ட கருவாய் அழுகிய
காயத்திலிருந்து வழிகிறது சூரியன்
விலகாதே, தழுவிக் கொள்
என்று மரணத்தில் இறைஞ்சுகிறவனை
எப்படி விட்டுப் போக முடிகிறது
உங்களால் ...

(யங் லியானுக்கு)

10

அவர் பெயரில் 150 இலைகள்

இன்றைய நிலா
உன் பங்கு அப்பத்துண்டு
அல்லியின் மகரந்த மேட்டில்
ஒளிப்பந்தி
எப்போதும் போல் தவற விட்ட
ஊர்தியின் பயணச்சீட்டை
வெறிக்க நேர்கிறது ஆயிரம்
இலைச் சிறகிருந்தும்
விழுதிறக்கிய மரம்
அங்கே புதைக்கப்பட்ட யாரோ
சுடப்பட்டிருந்தார்
அவர் இன்மையில் 150
இலைகள் இருந்தன

வேட்டையின் ஞாபகச்சின்னமாய்
மான்கொம்புகளின் கீழே நிலை அலங்கரித்தன
பண்டிகைநாள் தோரணமான இலைவரிசை

பின்னிரவில் நாவுகளாய் மாறிப் பேசப் பயில்வது
அத்துணை இரகசியம்

ஒன்றும் இல்லை

மரங்களின் பெயர்வோ சமீபித்திருக்கிறது
கடலின் தொப்புள் குழி ரோஜா முள் போல் சுழிந்து
குவிந்திருப்பதை கண்டவர் உண்டு

கெண்டை சிலுப்பலாய் மின்னல்
செம்மறித் தும்மல் மழை
சிலுவைப்பாடுக்கான களத்தை
தூரப்படுத்துவதில் இருக்கிறது
காத்திருப்பின் முன்வதை சூட்சுமம்.

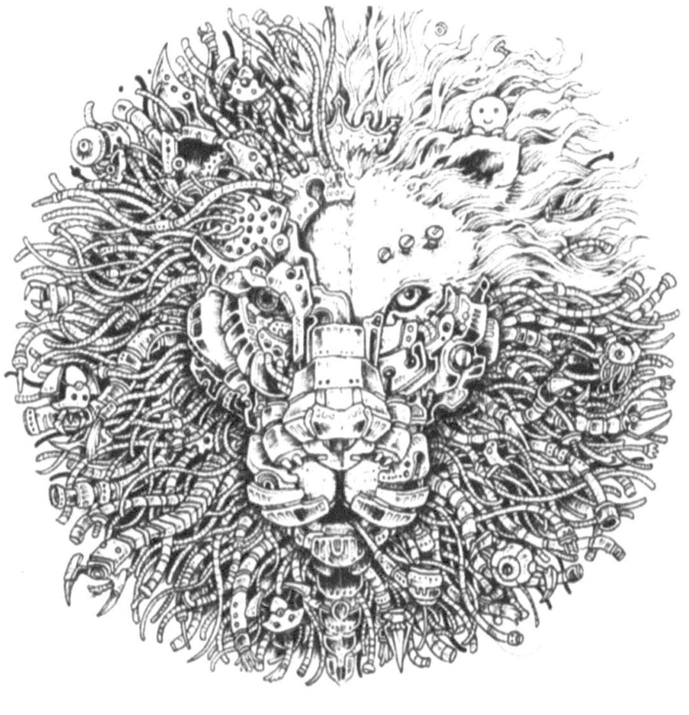

11

அது

கொஞ்சம் தவிட்டு வாசம்
மீதமுள்ள
பதனிடப் பட்ட தோலுறையில்
இருந்து உருவுகிறீர்கள்
கழுவப் பெற்ற குழந்தையின்
ஈரக் குழல் போல் மின்னுகிறது
அது

குற்றங்களை பட்டியலிடுகிறீர்கள்
மேதமை மிளிரும் உங்கள் மொழியில்
முன்னால் இருக்கும் மர மேசையில்
அனிச்சையாய் அப்பெயரின்
தலைப்பெழுத்தைக் கீறுகிறது
கூர் நுனி

மறுதலிப்பதற்கான
ஷரத்துகளின் உட்பிரிவுகள்
முதற்கொண்டு மனனம்
செய்த குரலில் ஒப்பிக்க முடிகிறது
உங்களுக்கு

பிழையால்
மரித்தவள் கணவனுக்கு
துளி நடுக்கமும் இல்லாமல்
ஒரு தேர்ந்த மருத்துவன்
பதிலிறுக்கும் சாயலில்

உங்கள் வாக்கியங்களுக்கான
முற்றுப் புள்ளிகளை
மேசையில் வைத்தபடி தொடர்கிறது
கம்பளிக்கு வளர்ந்த ஆட்டின் மீது
நகரும் எந்திரமாய் உரையாடல்

விசாரணை முடிந்ததென்றும்
பெயர் மரித்தவர் பட்டியலில்
இணைக்கப் பெற்று விட்டதாகவும்
உங்களின் நியாயச்சலுகைகள்
தீர்ந்ததென்றும் அறிவிக்கிறீர்கள்

பிரேதப் பரிசோதனை முடிந்து
ஒப்படைக்கும் உடலைப் போல்
தீர்ப்பெழுதி கையெழுத்திட்ட கோப்பினை
கையளிக்கிறீர்கள்

மீண்டும் உறைக்குத் திரும்புகிறது
நூற்றாண்டுகளுக்கு முன் உதிரம்
கண்ட அது

போயிருந்த மின்சாரம்
மீண்டும் வருகிறது
அணைக்க மறந்த விசிறியால்
ஒட்டடை அசைகிறது
அறிதுயிலில் இருக்கிறது சிலந்தி.

(விஷ்ணு பிரியாவுக்கும்)

12

மீதமிருக்கிறது சில பிறைகளுக்கான தவணை

சிறகு உலர்வது போல எடையிழந்து
கொண்டிருக்கிறாள்
இலையுதிர்கால வனத்தின் ஓடை
சருகுகளால் வெட்கம் போர்த்தி நகர்கிறது

அவர்கள் சொல்வது போல
காலம் ஓர் சௌகர்யமான பொய்யல்ல
கைமறதியாய் வைத்த சாவி
தளர்ந்து நகர்கிறது நொடிமுள்
தன் முட்டையல்ல என்று தெரிந்தே
அடைகாக்கின்றன பறவைகள்

பெயர்களை மறப்பது துர்சகுணமல்ல
அடையாளங்கள் உதிர்ந்த உடல்
இலைகளற்ற கிளையின் நிர்வாணம்
தழும்புகள் அவமானமல்ல
அரித்துப் பெய்யும் மழை
நீரில் சலனமற்ற ஆகாயம்

வெயில் அற்புதம்
சருமம் வியர்த்தல் உரிதல்
வளர்ச்சிதை
முத்தத்தின் எச்சில்
உலர்தல் ருசி
ஈசல் இறகாய் காற்றுக்கு
செருப்பாவது சாபம்

வலி நல்லது
முறியும் கிளையிலிருந்து
வழியும் பால்
உயிர்ப்பின் சாட்சியம்
மரத்த எலும்புகள் பழுத்த இலை

ஒரு குழல் விளக்கு கண்ணாடியெதிரே
வெகுநேரம் திக்கித்திக்கிப் பேச விழையும்
சுவாசம்
காலயந்திரத்தை யாசிக்கிறது
ஒரு மந்திரக் கம்பளம்
கொஞ்சம் நரை
இன்னும் கொஞ்சம் சுருக்கம்
மேலும் கொஞ்சம் புணர்ச்சி
கூடுதலாய் கருணை
சற்று கதகதப்பான அணைப்பு

அவள் சிறகு உலர்வது போல எடையிழந்து
கொண்டிருக்கிறாள்
தன் கூந்தல் அரிந்து
சவுரிசெய்து தருகிறாள் செல்லமகள்
ஆனாலும் மீதமிருக்கிறது
மேலும் சில
பிறைகளுக்கான தவணை
மேலும் கொஞ்சம்

ஞாயிறுக்கிழமை கடற்கரையின்
உப்பு படிந்த முத்தங்கள்
ஆமைகளின் முதுகில்
வரைந்து பார்க்கச் சில கோலங்கள்

அனுமதிக்கப்பட்டிருக்கிறது
குழந்தைகளின்
மார்நனைக்கும் சிறுநீர்ச் சூடு
அனுமதிக்கப்பட்டிருக்கிறது
ஆவிமலர்த்தும் அன்பு
அனுமதிக்கப்பட்டிருக்கிறது
இன்னும் சில தகனங்களுக்கான
கண்ணீர் வென்றெடுக்க ஓர்
மலர்தலைய உலகம்.

(மார்பகப் புற்றுநோய்க்கெதிராய் போராடும்
ஒவ்வொரு தாய்க்கும் சகோதரிக்கும்)

13

சாம்பல் பிரசவம்

தேர்ந்த தாதியைப் போல்
அந்நாளின் மூன்றாவது சாம்பல் பிரசவத்தை
முடித்துவிட்டு உறங்குகிறது
மயானத்து எரிப்பு எந்திரம்
இப்போதெல்லாம்
புதைமேடுகளில் முளைக்கும்
பிரேதக் காளான்களை
பார்க்கவே முடிவதில்லையென
சலிப்பு மிக இலை கசக்குகிறார்
சீருடைக்காவலர்
புகை விரியும்போது காதுயர்த்தி
ஆகாசம் பார்த்துக் குரைக்கும்
நாய்கள் வாசனை பழகிவிட்டன
டாஸ்மாக் வாசல் மரணங்கள்
எப்போதும் பற்றுக் கணக்குகளால்
பாட்டில் சிதறுகாய்
சகிதம் வந்து சேர்வன
கட்டணம் போதாதவர்களுக்கு
ரசீது போடும் டிரஸ்டுக்கார அரிதாஸ்
போனுக்கு இன்னும் காசேற்றிவிடவில்லை

எடைகுறைந்த ஆஸ்பத்திரி பிரேதங்கள்
வரும் இரவு
எட்டாம் சுரத்தில்
மாலை விற்கும்
பேச்சியக்காள் பாட்டுடன்
நாய்களுக்கு எலும்புத்துண்டுகள் உறுதி
சிறுவர்களின் மரணம்
மற்றும் விபத்துகளின்
கொத்து உடல்கள் கூடும் நாளில்
சாமங்களில் பற்கடிப்பும் அதிகாலைகளில்
காட்சிப்படும் கீறல்களும்
இம்சிப்பன
என்றாலும் சவுரி வியாபாரியின்
சலவைப் புன்னகைக்கு
அல்லது மருந்துக் கம்பெனி
ரோமம் ஏற்றும் சேஷாத்திரியின்
காக்கி கவர்
ஆவிப்பலிக்கு மனசு குளிர்ந்த
ஆத்தாளின் துடியறியும் விடியல்
கழுத்து நீண்ட ஸ்ட்ரெச்சர்களுடன்
சமீபமாய் அதிகம் புழங்கும்
போலீஸ் வண்டிச் சக்கரங்களில்
புதிதாய் காலுயர்த்தித் தொலைகின்றன
சகஜீவிகள்

14

ஸ்கிப்பிங் கயிறாடும் நடராஜர்

ஸ்கிப்பிங் கயிறுக்குள் நடராஜர்
என்கிறான் 'டாங்கோ'வில் காண்பேசும் லிபிக்குட்டி

கூட்டல் குறி மீது படுத்து
யாருடன் காலால் 'டூ' விடுகிறார் ஜீசஸ்
இது ஹனிக்குட்டி

பகர்ந்து தீர்க்கவியலாத பிரியம்
எலும்புகளுக்குள் ஒளிரும் கனிமமாகிறது

எரியும் விறகின் எதிர்முனையில் கசியும்
திரவமிச்சம் களித்த கண்ணீர்

ஒவ்வொரு மிடறுக்கும் ஆகாயம் பார்க்கும்
பறவையாய் ருசி அறியும் பார்வை
சிலிண்டர் சுவாசம் முடிந்து
வளியோடு கொள்ளும்
விண்வெளியாளனின் மூச்சு
காஸ்மிக் டான்ஸ்
மகாநிர்வாணம்
வீடுபேறு
அறிதுயில் வாழ்வில்

டால்பினுக்கு முளைக்கக் கூடும்
ஆக்டோபஸின் கரங்கள்

மின்மயானத்தில் சவரக் கண்ணாடி
மீது படிகிறது காலத்தின் சாம்பல்.

15

உமிழ்நிலத்தின் பசலை நிலவாகி ஒளிர்கிறது

பார்வையிழந்த உடல்
ஆடை மாற்றுவதாய் தன் நிர்வாணத்தை
தானறியாத நாள்
கழுதைப் புலிகளின் இரைப்பைக்கு
மிஞ்ச வைக்கிறது
அவ்வுறவின் இறைமையை

ஒரு மந்திரவாதியின் கறுத்த அங்கிக்குள்ளே
வெளியேறும் தருணத்திற்கு
காத்திருக்கும் பறவையாய்
குழிமுயலின் சினைக்காலம் வரை
குறுகிப் பொதிந்திருக்கிறது
ஒரு காயமுற்ற வாக்கியம்
வலசைப் பறவையின் ஞாபகத்திலிருக்கும்
வரைதடமோ
நீர்ப்பசையுள்ள பசிய நிலத்தின்
நெளிகோடுகளால் ஆகி அமைந்திருக்கிறது

உமிழ்நிலத்தின் பசலை
பிரிந்து
ஒரு நிலவாகி ஒளிர்கிறது

16

நிலாப்பிறப்பு

நச்சுக்கொடி அறுத்து
முடிச்சிட்ட கணம்
செவிலி தலைகீழாய் நிறுத்துகிறாள்
பிறகு மச்சங்களை குறிப்பெடுக்கிறதோர் கரம்
வரவறிந்து சுரந்திருக்கிறது தனம்
கற்பிக்கப் படாமல் குவிகின்றன
உதடுகள்

உப்புக்கடலின் உறைந்த தட்டுகள்
இளங்கோடையின் கீற்றுகளுக்கு
உடையும் சப்தங்கேட்டு மேலே
வரும் மீன்கள்
அக்கருணைக்கு தம் செதில்களை
அகலத் திறக்கின்றன.

17

ஆகாயத்தின் மயிர்க் கூச்சம்

தீக்குளித்து மரிக்காத உடலின்
தழும்புகளை கூடலின்
முன்விளையாட்டில் தடவிக் களிக்கையில்
வரும் மயிர்க்கூச்சம்
இந்த நட்சத்திரங்கள்

தன் முன்னங்கால்கள் பின்சாய
தலைநடுங்க சோம்பல் முறிக்கும்
ஓர் இளங்காலை
மதுச்சாலையின் காவல் நாய்
நீட்டும் நாக்கு
இத்தேய் பிறை
கல்லறை மேல் புகையும்
தீக்கண் ஊதுபத்திகளை ஒத்திருக்கின்றன
குளத்தின் நிர்வாணத்தில் பூத்த
அல்லிகள்

சூரியகாந்திப் பூவை முற்றுமாய்
தின்றுவிட்டன எறும்புகள்
கர்ப்பவதியின் தனங்களாய்

தாழ்ந்த திராட்சைக் குலைகளைக்
காவுகின்றன பழந்தின்னி வவ்வால்கள்

விழுந்து அழ இயலாத
தைத்துக் கொடுக்கப்பட்ட உடலை
வெகுநாட்களுக்கு வைத்துக் கொண்டிருக்க
முடிவதில்லை

எங்கிருந்தோ கசிகிறது பாலப்பூவின்
வாசனை

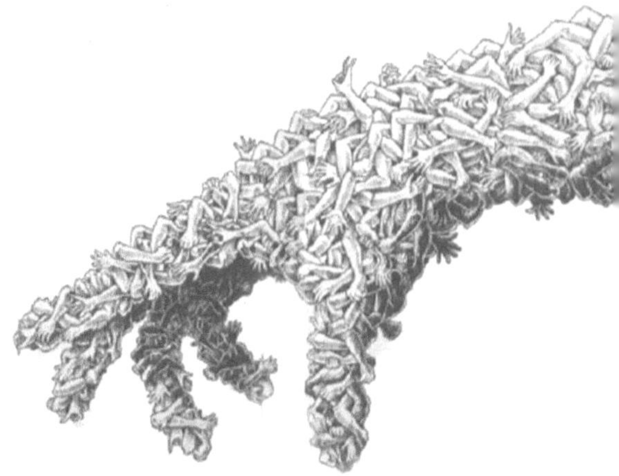

18

மச்சத்தில் நெளியும் சர்ப்பம்

கேளிக்கைப் பூங்காவின்
விளையாட்டுக்கான வில்லைகளில்
ஒன்றை மறந்துபோய்
வீடுகொணர்ந்த பதின்வயது சிறுமி தன் கனவில்
கையில் சுற்றப்பட்ட காகித வளையலுடன்
ட்ராகன் வாயில் இருந்து நீர்ச்சறுக்குப்
பாதையில் பயணிக்கிறாள்
கல்நார் சப்பரம் சோலைகளூடே
தீயொளிரும் விளக்குக் கண்களுடன்
அதீத டெசிபலில் சப்திக்கும் கரடியின்
குகை வழி கடந்தது
இப்போது சப்பரம் 60 அடி உயரத்தில் இருந்து
தாழப் பறக்கிறது
அடிவயிற்றைக் கவ்வ
நாப்கின் நனைந்தது
அக்கணம் ஒரு பெயரறியாப் பறவை
அவள் கண்ணளவு பறந்தது
தானும் பறவையானாள்
பெயரறியாள் ஆக

ஒரு பெயரிடப் பெறாத கல்
ஒரு பெயரற்ற தாவரம்

ஒரு பெயரற்ற பறவை
எவ்வளவு சுதந்திரமானது
எவ்வளவு பாதுகாப்பானது
எவ்வளவு சுயமானது

வண்ணத்துப்பூச்சிகள் சரணாலயத்தினுள்
நுழைகையில் பீய்ச்சப்படும்
நறுமண திரவத்தின் நீர்மை
இந்தப் பெருநகரத்தின் வினைல்
சருமங்கள் ஒளிர்த்தும் புன்னகை

அடையாள அட்டைகள்
அடையாள எண்கள்
அடையாள ரேகைகள்
கருவிழிச் சான்றுகள்

ஒரு டாட்டூவில் இருக்கும் நங்கூரம்
மச்சத்தில் நெளியும் சர்ப்பம்
விட்டுச் சென்ற கொடுக்கு ஒத்த
உலோக வளையங்கள்
சுமத்தப்பட்ட அடையாளத்தின் மீதான
சுயபலி படையல்

அணிவிக்கப்பட்ட ஆடை கழற்றி
மீண்டும் மீண்டும் நிர்வாணியாகி
ஓடும் குழந்தையின் சட்டையுரிதல்

CC TVக்கு சற்று கீழ் அறைந்த
ஆணியில் இருந்து நீண்ட
கொசுவலைக்குள்
ஈரப் பொசிவால் அவள் விழித்த போது
ஜன்னலுக்கு வெளியே கிளையசைக்கிறது
'மரம்'.

19

செயற்கைக் கால்களால் நடக்கும் காற்று

ஆகாயத்தைப் பற்றுவதாய் காற்றில்
நகம் பதித்திருக்கின்றன
மரித்த பறவையின்
மேல்நோக்கிய கால்கள்
இடது கண்ணில் நுழைந்து
வலதின் வழி வெளியேறும் எறும்பின்
சிறுவாயில் ஒரு மீச்சிறு மேகத்துண்டு

காவல் தெய்வங்களுக்கு வளர்க்கப்படும்
நேர்ச்சைப் பிராணியினது விரைக்கூடுகளின் சுரப்பு
இந்த அன்பின் அறியாமை
மற்றும் கள்ளத்தனம்

லாவா வடிந்த நிலத்தில் வளரும் தாவரராசிகள்
முகிழ்க்கும் மலர்களின்
மகரந்தத்தில்
முத்தத்திற்கான இதழ்கள் கனியும்
இந்நிலத்தில்
இருதயத்திற்கு வேண்டும்
ஒட்டகத்தின் குழம்புச் சதை

கீறல்களில் பித்தம் கசியும்
பாதங்களின் கீழ் நூற்றாண்டுகளாய்
புதைந்திருக்கும் என் தலை
இன்னும் மட்காதிருப்பது
வெப்பும் நீர்மையின் ஓதமும் தகிக்கும்
அகழ்ந்த நிலத்தின் ஈரவெதுப்பில்

கருக்குழாய்களில் வளரும் சிசுவின்
நிச்சயமற்ற உடல்
காத்திருப்பில் நொதித்திருக்கும்
இம்மணற் கடிகை பிம்பம்
பருவகாலத்தில் மட்டும் பெருகும் நதியின்
ஆகப்பழைய கரை மரம்
ஊஞ்சலுக்கு அறுக்கபட்ட நாளில்
அந்நகரில் பறவைக் காய்ச்சல்
பரவியது

பூக்கள் காய்ந்த ஈரத்தில் செய்த மேகம்
என்பது மாதிரியான
ஒரு மிகைவாக்கியத்தில் துவங்கும் பாடலை
காட்டுப்பன்றி இறைச்சிக்கு
கடுக்காய் ஊறிய மதுவை துணைவைத்து
பாடுகிறவனை
இந்த உலகம் கொஞ்சம்
சகிப்பதாக

செயற்கைக் கால்களால் நடக்கும் காற்று
ஒரு ஆயுதப் பரிசோதகனின்
கரம் கொண்டு கல்லறைகளில்
ஊன்றிய சிலுவை மரங்களை
வருடிக் கடக்கிறது

20

நத்தைக் கூட்டுக்குள் பதுங்கும் நண்டுக் குஞ்சின் சித்திரம்

பெருநகர்ப் பகலின் சைரன் விளக்காய்
பதறி அலைகிறது
நிலையற்ற என் தலைகீழ் கடிகாரத்தின்
பெண்டுலம்

ஒவ்வொரு இலைரேகையிலும்
ஒரு பருவகாலத்தின் துயரம் படிந்திருக்கிறது

தற்புலம்பலும் பற்கடிப்புமாய்
நிலாவுக்குப் பிறந்து கதிருக்கு சாகும்
அழை-மைய
வாழ்வில் திருவிழாக்களைப் போலவே
வளர்ச்சிதைவும் புணர்வும்
சக்கரம் பிறழ்ந்தவை

டீஜே மிக்ஸ் பாடல் அதிரும் அரங்கு
கண்டங்கள் சம்மணமிட்ட பண்ட ருசி
மலையிறங்கும் யானையின்

துதிக்கை மூச்சுக்கு
விலகும் பனி
பதுங்கியிருந்த நச்சரவுக் காமம்
'கேப்' உறக்கத்தில்
உசுப்பும் கனா

இறந்த நத்தைக்கூட்டுக்குள்
தன்னைப் பதுக்கும் நண்டுக்குஞ்சின்
சித்திரம்
பிம்பங்கள் குழறும் ஞாபகக் கலைடாஸ்கோப்

மட்கும் இலைகளின் கீழ்
வசந்தத்தின் சீழாய் நெளிந்து
வெளியேறுகிறது ப்ளோரசெண்ட்
நிறப் புழு மீது சுடரும் பரிதி.

21

இத்துனூண்டு

இத்துனூண்டு உரசும் கணத்திற்கு
இவ்வளவு தாழ்கிறீர்களே

இத்துனூண்டு அவமானத்திற்கு
இவ்வளவு வஞ்சம் கொள்கிறீர்களே

இத்துனூண்டு பிழைக்கு
இவ்வளவு தண்டிக்கிறீர்களே

இத்துனூண்டு கரிசனத்திற்கு
இவ்வளவு உதிரம் சிந்துகிறீர்களே

இத்துனூண்டு கிளர்ச்சிக்கு
இவ்வளவு தசை எரிகிறீர்களே
இத்துனூண்டு இசைக்குறிப்புக்கு
இவ்வளவு மௌனம் காக்கிறீர்களே

இத்துனூண்டு புகழுக்கு இவ்வளவு
சோரம் போகிறீர்களே தேவரீர்!

22

ஜெல்லி மீன்கள் கரையொதுங்கும் கடல்

நாலுவரி நோட்டின் கோடுகளிடையே
பறக்கப் பழகுகிறது மின்கம்பத்தில்
கூடு கட்டிய பறவையின் குஞ்சு
சாரங்கியின் தந்திகள் மேல் பாவும்
மருதாணி விரல்களாய் அந்தி
சுடர்த்துகிறது செம்மஞ்சள்
பாதங்களை

இன்றைக்கு சாமக்குறி நன்னிமித்தங்களால்
ஆகிவர வேண்டுகிறான் ஓர் சொல்லி
இன்றைக்கு குழந்தைகளை சீக்கிரம் உறங்க
வைக்க எத்தனிக்கிறாள் இளந்தாய்
இன்றைக்கு நாற்றாங்கால்கள் வேர்பிடிக்க
பிரார்த்திக்கிறான் சேற்றுப்புண் கால்கொண்ட ஒருவன்
வெட்டப்பட்டகனி நிறம்மாறுவதாய்
மெல்ல வருகிறது இரவு

ஒரு வால்நட்சத்திரத்தின்
மீள்வருகைநாளுக்கு காத்திருக்கும்
ஆமையின் ஞாபகம்

நெருப்பில்லா யுத்தங்களில்
ஒருகண் இழந்து பெற்றது

கிழங்குகளின் மையத்தண்டு
அடர்கிற ஈர இரவுகளில் சல்லி
வேர்கள் இன்னும் இறுக்கமாய்
நிலம் பற்றுகின்றன

ஒரு ஆய்வுக்காட்சியகத்தின் எலும்புக்கூடு
எத்தனை உடல்களில் இருந்து செய்யப்பட்டிருக்கும்
முயங்கும் தற்கணத்தின் காமம்
எத்தனை உடல்களின் யவ்வனம் கிளர்த்தியது

மின்னல் கடலில் இறங்கும்போது
ஜெல்லி மீன்கள் ஒதுங்கும் கரைகளாய்
மின்னுகின்றன அக்கணத்தை ஏந்தும்
சிப்பிகளொத்த இமைகள்

பெருமழை இரவில் இலைகள்
சுவாசிப்பதை ஒத்திருக்கிறது
உரிவதைப் போல் கூச்செரியும் சருமம்

ரகசியமாய் அணுச்சேனை சோதித்து
சேமிக்கிறது அத் தேசம்

சொப்பனத்திடையே ஒலிக்கும் நிமித்தம்
ஒரு புதிய சொல்லைத் தருகிறது
கருவில் சிசுவுக்கு இன்னோர்
அங்கம் முளைக்கிறது

ஆமைக்குரிய வால்நட்சத்திரம்
தன் மீள்வருகையை சமீபிக்கிறது

விடியலில் அக் கடல்நிலத்தில்
ஒரு குழந்தையின் கல்லறையில்
காளான்களிடையே ஒரு நத்தை
ஊர்ந்துகொண்டிருந்ததை நிமித்தச் சொல்லி
பார்த்தபடி கடந்தான்.

23

நன் நிகழி...

நன் நிகழி...
காதல் பெண்ணே,

ஒரு பெருமழைக்குப் பிறகான
இலைகழுவிய வனத்தில்
முதல் குரல் எழுப்பிப்
பாடத்துவங்கும் பறவை
காற்றில் புகைகிறது

இன்னும் ரோமம் முளைக்காத
குஞ்சுகள் வாழும் கூட்டை
தன் நினைவில் சுமந்தபடி
உச்சி ஆகாசத்தில் பறக்கும்
ஒரு பாலை நிலத்தின் பறவை
தன் அலகில் கனமேறும் பொழுதுக்காய்
தன் றெக்கைகளை சிலுவைபோல்
ஏந்தி வெயில் சுமக்கிறது.

முத்தங்கள்!

இதே தேதியுள்ள முன்னொரு விடியலில்தான் நிலவைப் பலியிட்டு நாம் ஒரு புதிய பிரபஞ்சத்தை வனையத் துவங்கினோம். ஒரு புதிய மீன் தொட்டிக்கு பழகும் வளர்ந்த மீன் குஞ்சின் கண்களும் உதடுகளும் வாய்த்த நம் வழக்கங்கள் தம் அலைவுத் தொலைவை அறுதியிட்டுக் கொண்டன. எளிய நம்பிக்கைகள் பெரிய கனவுகள் ததும்பத் ததும்ப பிரியம். வாழ்வு தன் வசீகரத்தையும் வன்முகத்தையும் சமமாகவே பகிர்ந்து வந்திருக்கிறது. நாம் பாகல் விதைகளையும் பன்னீர் கொய்யாக்களின் வித்துகளையும் இரு சேர சேமித்துக் கொண்டிருக்கிறோம். அண்மையும் இன்மையும் சொற்களால் ஆனதாய் நேர்ந்த ஒரு வாழ்வை உன்னால் மட்டுமே புன்னகையால் இட்டு நிரப்ப முடிகிறது. தன்னைத்தானே தகனம் செய்து கொள்ளும் சூரியனுக்கு திரி தூண்டவும் ஒரு கடற்தாவரத்தின் வேர்களுக்கு பாறை விலக்கவும் தெரியுமுனக்கு. பித்தும் பெருவேட்கையும் நிராசையும் கொண்டு இலக்குகளின் மீது உதிர ரேகைகளுடனும் சதா அகாலத்தில் வீடு திரும்பும் ஒருவனை சகிப்பதும் அன்பு பெருக்குவதுமான உன் தோழமை என் வாழ்வின் ஈவு. பரஸ்பரம் நிர்ப்பந்தங்கள் ஏதுமற்று குழந்தையின் விரல் பற்றல் விடுவிக்கப் பிரியமில்லாமல்.

கங்காருவின் மடி பிரியத்தின் இருதயம். சரக் கொன்றை பூக்கும் பருவம். முத்தங்களால் இறைபடும் பால்வீதி நாட்கள் சமீபித்திருக்கிறது. தாபத்தின் சாம்பல் மேல் பொழிக அந்தி ஆகாயம்.

சில்வண்டுகள் பாதை சொல்லும் நிலா நின்று பொழியும் கூரையுடையவளே. இந்த திருமண நாளில் நீ இன்னும் இன்னும் நீயாவாயாக, உன் சுடர்பொத்தும் கரத்தின் கதப்பு இன்னும் பெருகுக. நாம் ஊழிகளை உயரப் பறந்து கடப்போம். உன்னில் பிறை வளர்க்கட்டும் கோடி சூரியன்கள். என்னில் இன்னும் நிலவுக நீயனுப்பும் நீலோத்பலம். வாழ்த்துகள் என் ஞாபகச் செருக்கே! தழைக்கட்டும் திமில்களின் மருதாணிப் பச்சையம்.

24

முத்தங்களின் அக்கபெல்லா

இசையாக விரும்பி நுழையும் காற்று
இழக்கிறதா கனக்கிறதா

நியான் நிற சருமத்துடன்
நடனமிடும் நீரூற்றுகளை வரிசை தப்பி பதியனிடும்
முத்தங்களின் அக்கபெல்லா
மெய்(ச்)சிலிர்ப்பு

கெட்டித்த உதிரத்துண்டை
மகுடமாய் சுமந்து போகும்
செவ்வெறும்பு வட்டச் சாரை
தம் உணரிகளில் மழைவாசனை
திரள்பவை

முந்தானையே சும்மாடாகும்
நீர்ச் சீலை
புயல் திரட்டும் கடல்
ஊதியபடி இசைக்கும் தோலிசைக் கருவி
ஞாபகத்தில் யவ்வனத்தை சேகரித்து
முயங்கும் கணம்

நத்தை தன்னுடல் உருவி
உணர்கொம்புகள் நட்சத்திரம் சுட்ட
நீரருந்துகையில்
கூடுவழிப் பாயும் ஒளிக்குப் பெயர்
வெட்கம்

முழு மயில்க்கலாபம்
ஒற்றைச் சிறகாகி
மயங்கி மூடிய இமைபாரத்துடன்
நிலா வாட்டிய பறை போல்
மேலெழுகையில்
கோடைச்சாலையில் கழன்று பதிந்த
லாடம் இச்சையின் பனியீரத்துடன்
மினுங்கத் துவங்குகிறது

ஆடை மாற்றும்
அறைக்குள்
தவறி நுழைந்த கண்களின் தாழ்ச்சியுடன்
கூதிர்கால மங்கிய முகப்பொளியுடன்
மலைக்குகையிலிருந்து ஆவி பறக்க
வெளியேறுகிறது ரயில்

ஓடுடைய பிராணியின் முட்டைக்குள்
ஓடுடனே வளர்கின்றன அதன்
குஞ்சுகள்.

25

ஒளிப் பதியம்

பாதி திறந்த இமைகளுடன்
அப்போதுதான் இறந்திருக்கும்
பறவையின் கண் அளவு ஈரம் மினுங்கும்
கிணற்றுள் உதிரும் தென்னங்கீற்று
தன் வாழ்நாளெல்லாம் யாசித்தபடி
தன் வடிவுக்கேற்றபடி
சிறகாய் ஆகிறது
ஒரே ஒரு கணம்

கண்பொத்திய தேவதையின் தராசுக்
கோளங்களை கவசமாக்கிய தனங்களுடன்
மதுஅங்காடி வாசலில் உறங்கும் பாவனையில்
அலர்ந்திருக்கும் பெண்
சீட்டுக்கட்டு அரசி
போல் உடுத்திருக்கிறாள்

தின்று
உடல்களில் இருந்து மீந்த எலும்புகளை
மாலை கோர்க்கும் மணிகர்ணிகா கரையாளன்
செதுக்கச் செதுக்க பொடிந்து கொண்டே இருக்கும்

எலும்பொன்றை கோபித்து நதியில் வீசும் போது
அது தவளைக்கல் போல் தத்தித்தத்தி
கண் மறைகிறது

உண்மையில் யாரும் யாரையும்
நிரப்ப முடிவதேயில்லை
நட்சத்திரம் போலவே ஒளிரும்
கோள்கள் கண் சிமிட்டாது
யானை மூக்கும் எறும்புத்தின்னிகளும்
ஒன்று பிறிதின் பரிணாமம்

தொலைக்காட்சிக்கான கையியங்கிகள் ஒப்ப
புலப்படாத நாபிக்கொடி
புரண்டு கொண்டிருக்கிறது
கோளின் காலத்திற்கும்
நட்சத்திரத்தின் அகாலத்திற்கும்

ஒரு தானியத்தை இன்னொரு தானியமும்
ஓர் இறுதிச் சொல்லை இன்னொரு சொல்லும்
நிரப்பும் யதேச்சையின் கணத்திற்காகத்தான்
இறைச்சிக் கடையின் கூண்டுக்குள்
தற்செயலாய் முட்டையிட்டிருக்கும்
அந்த வளர்ப்புப் பறவையும்
யாசித்திருக்கிறது.

26

காதுகளற்றவனின் பௌர்ணமிக் கடல்

கோடிச்சூரியன் கொன்ற கருப்பில்
நீலக்கடல் மேல் கவிழ்ந்தெரிகிறது
கச்சா எண்ணெய்க் கப்பல்
புதைத்த பனம்பழத்தின் வாசனையுடன்
ஆடை மீறுகிறது பிறை

இன்னும் ரோமம் முளைக்காத
பறவைக் குஞ்சின் உடல் பதிந்து
குடல்நிரப்பிக் கொண்டிருக்கிறது அட்டை
இலையுதிர்காலத்து
வேர்களை மூடும் மஞ்சள்
ரேகைகளின் பசலை

நிலா பிரிந்த பள்ளத்தை
இட்டு நிரப்புகிறது உயிர் கிரகத்தின் ஒளி
இரவெனும் மதயானையின்
பிரசவ உதிரத்தால்
நிறம் மாறுகிறது கடல்
மாதுளம்பூவிலிருந்து கனி
கோளம் விரிவதாய் விடிகிறது
பிரபஞ்சம்
ரயில் கனவில் புணர்ந்த முகம்
வரைவது
காதுகளற்றவன் பார்த்த
பௌர்ணமிக்கடல் ஞாபகத்தை
எழுதுதல்

27

மேகங்களை எண்ணும் பெண்

பிசகி ஏறிய முள்ளுடன்
நீரில் வீழும் பாம்பின் உடல்மொழி
முழுநிலா பார்த்துப் பேசும் ஓநாயின்
குரல்பாதையை ஒத்தது

வெள்ளம் வந்த நகரத்தின்
மிதக்கும் சர்க்கஸ் கூடாரத்தில்
நீந்தத் தெரிந்த மிருகம் உள்ள கூண்டு
மெல்ல மூழ்குகிறது.

ஸ்டெம் செல் வங்கியின் வாசலில்
பதனத் தைலமிடப்பட்ட
மௌனத்திடம் கதைத்தபடி மேகங்களை
எண்ணுகிற ஆட்டிசப் பிச்சியின்
கடைவாயிலொழுகும் நீர் சொட்டுகிறது
தொப்பூள் கொடி
அடைத்துச் செய்த தாயத்தின் மீது

இறுதிநாள் அடைக்குப் பின்
தன்னைக் கொத்தித்திறக்கும்
அலகின் மீதான காத்திருப்பிலிருக்கிறது
பறவைக் குஞ்சு

ஒலிவாங்கியின் முன் நின்று
புகைத்துக் கொண்டிருக்கிறான்
ஊமை பார்ஊழியன்
தன் பாடலை

28

இரண்டு சொற்களின் கதை

தற்செயலாகப் பெய்து
தற்காலிகமாக நின்று போனதொரு நாளில்
தற்காலிகமாக திறந்து விடப்படுகிறது ஒரு நதி
தற்செயலாய் நினைவுவந்து செய்யப்படுகிறது தேர்
தற்காலிகமாக தடைவிதிக்கப்படுகிறது ஒரு விளையாட்டு
தற்செயலாய் பாடமாக்கப்படுகிறது புதியமொழியில்
புதிய வரலாறு
தற்காலிகமாக செப்பனிடப்பட்ட சாலையில் லாடம்
புதைய நடக்கின்றன
தற்காலிக அடிமாடுகள்

மேலும்
தற்காலிகமாக உளியடித்து இறக்கப்படுகின்றன
கூடாரங்கள்

தற்செயலாய் தீப்பற்றிக் கொள்கின்றன வீடுகள்
தற்காலிகமாய் விதிக்கப்படுகிறது தடையுத்தரவு
தற்செயலாய் கைது செய்யப்பட்டு
தற்காலிகமாய் விடுவிக்கப்படுகின்றனர்
தேசவிரோத சக்திகள்
தான்தோன்றியாய் நிலத்திற்கு கீழோ
நிலத்திற்கு மேலோ
ஏதோ ஆய்வகங்கள்

தற்காலிகமாக முளைக்கும் நாளில்
தற்செயலாய் சிலர் அகதிகளாகிறார்கள்

திடீரென ஒருநாள்
தற்காலிகமாக யாரோ தரும் பெட்டிகளில்
தற்காலிகமாக அச்சடிக்கப்படுகின்றன
புதிய கனவுகள்
தற்செயலாக அவர்களின் பெயர்கள்
அரிசியில் எழுதப்படுகின்றன
தற்செயலாக அவர்களது வீடு சுபிட்சமடைகிறது
தற்காலிகமாக அவர்கள் வணங்கப் பெறுகிறார்கள்

எல்லாம் முடிந்தபிறகு அல்லது துவங்கிய பிறகு
எடுத்த இடத்திலேயே வைக்கப்படுகின்றன
பெட்டிகள்
கூட்டிச் சென்ற இடத்திலேயே இறக்கி
விடப்படுகின்றனர்

தற்காலிகமாய் பிறந்தவர்கள்
உறங்கிய வீதியிலேயே விழிக்கின்றன கனவுகள்

எல்லாம் முடிந்த பிறகு அல்லது துவங்கிய பிறகு
தற்செயலும் தற்காலிகமும்
தம் தவறை உணர்ந்து
அகராதிக்கே மீண்டும் திரும்புகின்றன

பின்னர் அவர்களில் சிலர்
வழக்கம் போல் நீருறிஞ்சப்பட்ட
நிலத்தில்
கிணற்றின் சூரியனை
தலையால் முத்தமிடுகிறார்கள்
பின்னர் அவர்களில் சிலர்
வழக்கம் போல் எஞ்சி நிற்கும்
மரத்தில் தம்மை
தூக்கிலிட்டுக் கொள்கிறார்கள்.

29

காற்றில் கீறும் ஓவியம்

பந்தயச் சேவலின்
கால்கத்தி
காற்றில் கீறும் ஓவியம்
அந்தக் குரல்

உண்ண வெட்டிய ஆட்டின்
பால்மடியாய் மீந்திருக்கிறது
பெற்றுக்கொள்ள மறுத்த
பரிசுப் பொருள்

விஷம் பீய்ச்சி கண்களை
குருடாக்கி தன் இரை கவ்வும்
சாகசம் தெரிந்திருக்கிறது
இக்கூதிர் காற்றின் ரத்தருசி

உச்சிமயிர் பறித்து அறைந்த
மரத்தில் ஒடுங்கிவிடுமா
எல்லாம்

ஈமங்களில் உடல் சுற்றும்
நீர்க்கலயத்தை கொத்தித் திறக்கும்
அரிவாளின் அலகுக்கு ஓர் பதம் உண்டு
நாடித்துடிப்பிலேற்றி அதை பிரியப்பட்ட
வாத்தியம் போல் இசைக்கிறது
வளரும் மௌனம்

பலிமேடையை
நக்கும் நாயின் நாவு
எஞ்சிய ஆயுள் மேல்
கடிகார முள்

30

சிறுதெய்வம் ஆகும் பெண்

நஞ்சுமுறிவுக்கு புகட்டப்படும்
நாயின் எச்சக் கரைசலைக் காட்டிலும்
கொடிய தண்டனை கருவுறாமையை
நிறுவ உடல் திறப்பது

நம்புக
ஊர்ந்துவாழ கால்கள் நறுக்கப்பட்டு
சுரக்கச்சுரக்க தன் பற்களின் நஞ்சை
களவு கொடுக்கும் சர்ப்பம்
கடல் தன் முதல் உயிரை
சூல் கொண்டதொப்ப
ஒளித்து
வைத்திருக்கிறது தன்
பிரியப் பிரபஞ்சத்தை

31

மூன்றாம் துளை

ஒரு திமிங்கலத்தின் மரபணு
பொதித்திருக்கும் ஞாபகத்தை
எழுதிப் பார்க்க விழைகிறது இவ்விரவு
கிளையுயரம் பெருகிய வெள்ளத்தின்
அதிர்கணத்தில்
ஒரு கூடு மிதக்கிறது
பிறகு சுள்ளி சுள்ளி யாக
நழுவத் துவங்குகிறது
பனிக்குகைக்குள் ஏந்தி நடக்கிற தீப்பந்தம்
ஒளியேற்றும் சுவர்கள்
பேசப்பேசப் பெருகும் சொற்கள்
குகைச்சுவர் உருகுகிறது
வலசைப் பறவைகளின்
நீண்ட யாத்திரையில்
பருகத்தாழும்போது எதிர்படும்
ஒரு வெந்நீர் நதி
காற்றோ தாழ் மண்டலங்களுக்கு
ஈமப் பாண்டத்தின் மூன்றாம் துளை
ஒருபுறம் பார்வையற்ற பறவை
தவறவிடும் தானியச் சரத்தைப் போல்

சொட்டி நிற்க
எடைக்குறைவான குழந்தையின்
பாரமும் ஒரு வாய்மூடிய கலயத்தின்
பாரமும் சமன்குலைவுக்குரியன
ஏதோ ஒருநாள்
கங்காரு
தன் மடியை பாரக்குறைப்பு
செய்தாக வேண்டி இருக்கிறது.

32

எளிய பிரார்த்தனை

ஒரு கடற்பாம்பு
ஆய்வுக்கூட குடுவையில் ஊசிக்கு கிறங்கி
அலையும் தூர மயக்கம்
தெருமுனையில் இருந்து வாசல்
வரை வளர்ந்து கொண்டே இருக்கும் பிரியத்தின்
குரல் பாதை

இலையுதிர்காலத்து செங்கொன்றைச் சரத்தினூடாக
அலையும் சாயுங் காலத்து
மேகக் கங்குகள்
சிராய்ப்பைக் காட்டிலும் அதிகம்
எரியும்
ஆடை விலகிய அவமானமாய்
ஒளிர்கின்றன

பாகம் வளராத உடலாளியின்
கர்ப்ப அச்சமாய்
காரண பலகீனமுள்ள
அன்பை
ஒரு பண்டிகைநாள் தேவாலயத்தின்

அத்தனை மெழுகுவர்த்திகளாலும்
பிரார்த்தித்துப் பொத்தித் திரிகிறேன்
எப்போதும்போல்
கொன்ற பறவையின் வயிற்றிலிருக்கும்
முட்டையை இன்னோர் பறவையின் அடைக்கு
கொண்டு வைக்கும் காலம்
என்ற போதும்
வயமிழக்கும் தோற்றமயக்கங்களால்
அழகாகிறது வாழ்வு.

(Lara Fabianக்கு)

33

இன்று பிறந்த பாவனை

முளைகட்டிய பயிர்களின்
மெல்லிய அசைவை
வெறித்தல்
சொட்டும் சலைன் பாட்டிலின்
குமிழ்களை எண்ணிக்கையிடுவது
வேட்டை விலங்கின் வழியில்
மூச்சடக்கி வாசனை கசியாமல்
காத்திருத்தல்
தாதிகளின் முகரேகைகளின்
பின்னோடுதல்
ஒரு இளங்கழுகு செங்குத்தாய்
தரையிறங்குவது போல
நான் படுத்திருப்பவளின்
ஒரு நுட்பமான பாவனையை
பயிற்சியெடுக்கத் துவங்குகிறேன்
மசங்கிய ஒளியில்
தப்புகிற பாதையில்
எதிர்படும் சிற்றோடையில்
கழுகுகளுக்கு நீந்திப் பழக்கமுண்டு

34

பாடம் செய்யப்பட்ட புள்ளி மான்தோல்

புழுதி நிலத்தில் அவசரமாய்
தற்புணர்ந்து போயிருக்கும்
மேக வாடை
பெருவலையில் இருந்து சிறுவலைக்கு
சல்லிக்கப்படும்
மீன்களின் துள்ளல்
உன் ஞாபக தேம்புதல்
மூளைக்குள் முலைகளை வளர்த்தல்
வயல் மீதெழும்பிய வீட்டில்
மாடித்தோட்டம்
சமண நீர்க்குழிகளில்
படரும் பாசிபச்சை
ஒரு பருவகாலத்து
வானத்தின் சிதிலமடைந்த வரைபடம்
போற்றி வளர்த்த கர்வத்தின்
கீழ் உப்பு படர்த்தி இருக்கிறது
காலம்
விடைபெறும் நாளுக்கு
முன் இரவேனும்
விலக்கு நின்று போக
பிரார்த்திப்பவளாய்

காலத்தின் முன் மண்டியிட்டு
நிற்கும் காத்திருப்பு
தேர்ச்சக்கரத்தின் கீழ்
உறங்கும் நாய்
அந்த சூரியன் எரித்த இருளில்
மௌனித்திருக்கும்
கிரகங்களிடையே
மெல்ல பரவுகிறது பிறிதோர்
கதிரலை
இப் பசலை
சிதையில் வைக்கப்பட்ட
உடலின் கீழிருக்கும்
ஆமணக்கு விதைகளின்
ரேகைகள்

35

சம்பவிப்பவளே...

பறவைகள் குலவையிடும் அந்திக்கிளைச் சலங்கை
உன் மவுனம்
இரவு வந்துவிட்டால் சிமிழ்தோறும் உறங்க
மடிதேடும் சூரியன் உனது ஞாபகம்
அதன் சப்த சங்கேதம் உன் காமம்
கோடி நட்சத்திரங்களின் தூரம் தூர்ந்த
சமவெளிக் காட்சிப்பிழை உந்தன் செல்லக் கோபம்
சீம்பால் பீய்ச்சினால் கதிர்முற்றும் வயலென்று
நம்பும் எளிய நிலத்தவன் மேல் பெய்யும்
ஆலங்கட்டி மேகம்
உன் தளராத நம்பிக்கை...
சம்பவிப்பவளே!
சொல்லும் இடமெல்லாம்
சுரக்கும் இத் திணை பரப்பு
தன் இளமையை
தகப்பனுக்கு ஈந்தவனைப் போல
உவந்து ஈந்து
ஆயுள் ரேகை பதியனிடப்
புளகித்திருப்பதை புரிந்துணர்
கீழ்வானின் முதல் முத்தம் எப்போதும்
பட்சிகளுக்கானது
நீ வராத நாளும் நிலவே சாட்சி

36

செயற்கைக்கோளுக்குப் பெயரிடுதல்

தானே புசிக்கப்பழகும் சிறுபறவையொன்றால்
பாதி தின்னப்பட்ட கனி
உதிர்வதற்கான எடையிழந்து
நிலாப்பிறையாய் மிதக்கிறது
பாதிப்புணர்வில் பிரசவம் பார்க்க
அழைக்கப்பட்ட மருத்துவச்சி
அவ்வுயிரின் முதல் அழுகையில்
உச்சம் எய்தும் கணம்
நிலா மிதக்கும் குளத்தில்
பிறையை இரையென கவ்வுகிறது
ஒருகண் குருடான மீன்
பஞ்ச நாளில் நேர்ச்சைக்கு அளித்த
கன்றைக் கொன்று தின்பவன்
அதன் குளம்புகளை
ஆகாசம் நோக்க பெருக்கல்குறியிட்டு கட்டி
பலிபீடத்தில் வைத்த பின்
ஈரலைச் சுட்டு விண்ணோக்கி
வீசுவதை கண்ட தெய்வம்
வீச்சரிவாளை தரையில் மூன்றுமுறை
கொத்தியது

எரிகற்களை சேமித்துப் பழகுகிறவனின்
ஆகாயம் 'ஒருகண் சிறக்கணித்தாள் போல
மெல்ல நகும்' நட்சத்திரங்களின் சொற்களால்
ஆனது

நிழல்களின் சூதாட்டத்தில் தவறவிட்ட
சோழியாய் உருளும் நிலாவின்
தாய சமிக்ஞைகள் கேட்டு
காலம் அடைத்து தாயத்துகள்
செய்யும் அவன்
பிறிதொரு நாளில்
சீறும் அரிக்கோட்டத்தில் அமர்ந்து
விண்ணேவிய கோளுக்கு
'ஆகாசமாடன்' என வேறு பெயரிட்டான்

37

படுகளம்

பூத்திருக்கும்
இந்த வெட்சி மரத்து வேர்கள்
ஏதேனும் ஓர் எலும்பு மஜ்ஜையில்
தாது உண்டிருக்கக் கூடும்
முன்னைப் படுகளம் இது
அடிமைப்பட்ட நிலத்தில்
தெய்வங்கள் தம் உறுப்புகளை
அரிந்து கொள்கின்றன
திமில்தான் பருவமறிந்து தழுவிய
முதல் முலை
பூண்போட்ட கொம்புகளுக்கு பச்சிலை கட்டிடுகிற
விரல்கள்
பரணிலிருந்து இறக்கி துடைக்கிற நுகத்தடிக்கு
நடுங்குகின்றன
திமில் திரண்ட நந்திகளை
பலிபீடத்திற்கு நகர்த்துவதும்
விரைப்பைகளை வேறு
நாணயங்களுக்கான வில்லைகள்
கொண்டு நிரப்புவதும் ஒன்றுதான்
இயந்திரம் கொண்டு கறந்து

ஈத்து தீர்ந்ததும் லாரிகளில்
பயணப்படுகின்றது
வாங்கக் குடம் நிறைத்த வள்ளல் இனம்
டின்களில் ஊறிக் கொண்டிருக்கும் தசைக்கு
எக்ஸ்பயரி தேதி பார்ப்பவனுக்கு
சுரந்ததும் அதே மடியாய் இருக்கக் கூடும்
ஒரு புதிதாய் வெளியிடப்பட்ட நாணயத்தை
பார்வையிழந்தவன் தடவி அடையாளம் வைப்பதாய்
பூத்திருக்கும் அதன் இலையை

38

ஊர் கடக்கும் சங்கு

தேன்சிட்டைப் போல் சுருங்கி
முற்றிய வாழைப்பூவிற்குள்
ஒளிந்துகொள்ளத் தோன்றுகிறது
பண்டிகை நாளின் கடற்கரைகளில்
ஏதேனும் ஒரு தெரிந்த தெற்கத்தி முகம்
பார்த்துவிட பதைக்கிறது மனம்
இவ்வளவுக்கும் பிறகு
ஒரே ஒருவரின் மரணத்தையும்
பகிர்ந்து விடாதே
நினைவில் படிந்திருக்கும்
ஊர்
எடை குறையாமல்
இருக்கட்டும்
இன்னுமோர்முறை
தேடிச் சந்தியாமலிருப்போம்
பிறகு இதே கடல்
இதே ஆரஞ்சு மேகத்தருகே
பறக்கும் கடற்காகம்

பலூன் சிறுமி
படகுள் ஈன்று முலையூட்டும்
நிறைமடி நாய்
காண வாய்த்தால்
ஒரு சிகரெட்டை முழுதும்
புகைக்காமல்
பாதியில் வீசி எறிவேன்
கொஞ்சம் மணல்முடிந்து போய்
முல்லையாற்று ஓட்டைமடையில்
கொண்டு சிதறு
தவறியும் சங்குகளை
ஊர் கடத்தாதே
அதன் ஊழ்
ஊர் தாளாது
என்பேன்

39

ஒரே நிறம்

ஒரு விசாரணை அறையில்
தலைகீழாய்த் தொங்கும் சிரத்தின் கண்கள்
இரட்டைக் கரு சுமப்பவளின்
இரவு நேர இருதயம்
அவன் தூக்குக் கயிற்றில் தொங்கும்போது
தாய் தேசத்தின் மூவர்ணக்கொடியிலிருந்து ஒரே நிறம்
கொடியெங்கும் பரவுவதை
நாம் பார்த்துக் கொண்டிருப்பது
அவர்களுக்குப் போதுமாய் இருக்கிறது
ஒரு சிலும்பிப் புகை விற்க
இரத்தம் நிரப்பி வைத்திருக்கும்
பாண்டம்

40

நீதியின் வானத்தை அண்ணாந்திருப்பது

கமலையில் மிதந்துமிதந்து
மேலெழும் கன்றின் கண்களை
மீன்கள் தின்று விட்டன
எளிய அன்பை பிரார்த்தித்த விரல்களின்
இலையுதிர்காலத்திற்குப் பக்கத்தில்
சூறைக்கோடையை
இடம் மாற்றிவர் யார்
கடைசித் தங்கத்தையும் விதைத்துவிட்டு வழக்கில்
நீதியின் வானத்தை அண்ணாந்திருப்பது
ஒரு சூதாட்ட விடுதியில்
டோக்கனை முத்தமிட்டுக் காத்திருப்பது
கழுதைகள் கொண்டு உழுது
எள் விதைத்துவிட்டுப் போயிருக்கும்
இவ்வானத்தின் கீழ்
உன் நினைவு காயமடைந்தகரம்
தானமளித்த ரொட்டி
அதில் அவனது உதிரம் ஊறிப்போயிருக்கிறது
அதன் கவிச்சை ருசியையும்
சேர்த்தே புசிக்கச் சொல்கிறது
பசி
நீ அறுத்திருப்பது நங்கூரச் சங்கிலி மட்டும்தான்
சுக்கானோ நான் வேட்டைக்கு பழக்கிய ஓநாய்
உன் திசைகள் பத்திரம்

41

ரோமம் முளைத்த மேகம்

தினை கசக்கி ஊதுகிற பதத்தில்
மூச்சு படர்கிறது ஒரு நீர்ப்பறவையின்
அடிவயிற்று ரோமம் மட்டும்
திசை சொல்ல

பெய்வதற்கு முந்தைய காற்றின்
குளிர்வில் கண்ணாடிச் சுவர் ஒழுகி
நகரும் நத்தையுடல்
இழைந்துஇழைந்து
மெழுகுக்குழம்பாகும் முத்தம்

நாணல் குருத்துகளில் ஒருக்களித்த
இசைக் குறியாய் படிந்து
நீர்க்களிம்புகளிலேறி வழுக்கிச் சுருள்கிறது
பாசி நிறத்து செங்கண் நாகம்

திறந்து மூடும் மீன்செதில்தவிப்பில்
நிலாப்பிறையை பொத்துகிறது
ரோமம் முளைத்த மேகம்

பல்லக்கினுள்ளே அழும் குழந்தையின்
குரலில் மார்புக்குள் ஓடுடைக்கும்
பறவை
மலையுச்சியில் விளக்கெரியும் ஒற்றைக் குடிசை
வலது கண்
தைலத்தில் மூழ்கும் மயிலிறகாய் நனைந்தொடுங்கி
சொருகும் பாதிதிறந்த இடதுவிழி

மான்கொம்பு மின்னலின் பாதையை
பின் தொடர்ந்தவர்கள் கதையை
சொல்லி முடிக்கும்முன் உயிர்பிரிந்து விடுகிறது
ஈசல்களுக்கு

தாமரை இலைகளின்கீழ் முட்டையிடும்
நீர் ராசிகளின் ரகசியத்தைப் பாடும்
மிதக்கும் நட்சத்திரங்களின் பாடலைக் கேட்க
நாம் நாளை வருவோம்

நண்டுவளைகளின் சிறுவாசலில்
ஓங்காரமாய்ப் பெய்யும் மழை செய்யும்
இமைகளொத்த குமிழ்கள்
மெய்சிலிர்ப்பைப்போல் படர்ந்து
நெட்டி முறிவதை செவி மடுப்போம்

அந்த வனத்தின் கடைசிப்புலி மீது
முதல்தோட்டா பாய்கிற போது
உயிரைப் பிதுக்கி ஒரு தேனீயை
பிரசவிக்கிறது பாருங்கள் காடு!
ஜெல்லி மீன்கள் கரையொதுங்கும் கடல்

42

காட்சிப் பிழை

ஒளி வழி கேட்கும்
கூதிர்பிறை நிலம்
இரட்டை சிசுப் பெற்று ஒருசேர
உதடு கவ்வ முலையூட்டும் தாய்
அதன் அத்தனை நீந்து சடலங்களுடனும்
ஒரு அருவி உறைந்து
நிற்பது
கூடலின் சித்திரம்
ஓர் இசை வகுப்பின் தாள்கள்
இடைவேளையில் மென்காற்றுக்கு அசைவதாய்
கிளைப்பறவைகள் பனி நிலத்தின்
இசைக்குறிப்புகளாகின்றன
குரல்களுக்கு உதடு முளைத்து
முத்தமாவது
கடல் மீது பெய்யும்
பனி
நீர்த்தாவரத்தின் அகன்ற இலைகள் உண்மையில்
வானிலிருந்து மிதக்கின்றனவா
இல்லை நீரிலா
விண்மண் முத்தத்தின் இடைவெளியோ

இவ்விலைகள்,
பானங்கள் நொதிக்க மறக்கும்
இப்பருவத்தின் கடிகாரங்கள்
சினைமீன்களின் வாலசைவுகளால் ஆனவை
கடிகாரமுட்களின் கண்டங்களுக்கு நடுவான
கோணங்களில்
தின்னத்திறக்கும் பறவையின் அலகிற்கும்
தப்பக் கதறும் பறவைக்குமான
அகல பேதம்
கோடைப் பாறைகளின் உலர்குழிகளில்
சுமந்து நீரூற்றி
நீர்க்கண்ணி வைக்கும் என் பளி(ய)ச்சியின் நிலமோ
வேறு பருவத்திலிருக்கிறது

43

கோணம்

பறவையின் அடிவயிறு
தாழும் நதியில்
ஒரு கணம்
ஒளி குறைகிறது
பின்னர்
ஒரு மச்சம்

44

சன்னத காண்டம்
Book of Genesis

ஒரு பெரிய ஷூவுக்குள்
நுழைவதைப் போலிருக்கிறது
அம்மா என்கிறாள்
துர்வாசனைக்கு தன் சாயம்போன
சீருடையால் நாசிபொத்தும் மகள்
குழந்தைகள் தொட அஞ்சும்
மின்கசியும் வீட்டுச் சுவரில்
விஷவாயுவின்
நிழலைப்போல் நுழைகிறது இரவின் பாசிக்கவிச்சை
மனம்பிறழ்ந்தவனை குளிப்பிப்பது
வீசும் வீட்டை மீளொழுங்குக்கு
கொணர்தல்
முகம் பார்க்க அவமானத்தில் அஞ்சும்
நடையறுந்த முதியவள்
கட்டிலின் கீழ் உப்பேறிய தரை
எங்கும் படர்ந்திருக்கும் பூஞ்சையின்
வரைபடத்தோடு
மரித்த சடங்கிற்கு வந்தவர்கள்

நிற்கப் பார்த்திருத்தல்
கட்டப்பட்டிருந்த வளர்ப்புப் பிராணிகள்
மிதந்து கொண்டிருந்த
வெற்றிடத்தில்
வெய்யில், இப்போதுதான் சுட்ட
துப்பாக்கியைப் போல் காய்கிறது
ஆனால் என்றென்றும்
கொப்பூழ்க் குழியளவு
நீரில் சோற்றுப் பொட்டலத்திற்காய்
நின்றபோதில் விடாய்சுற்று துவங்கியதைச் சொல்ல
மகள் உள்ளங்கை நெரித்த
கணம்
ஊழி தந்த ஞாபக மச்சம்
மரணம்வரை கூட வரும்
மெல்ல பூமியின் பசலை
விலகுகிறது

45

காலை உணவுக்கு காலத்தின் விள்ளல்

கரணம் தப்பினாலும் மரணமற்ற
விண்வெளி ஓடத்தில் மிதக்கும்
அவள்
தன் பற்களைத் துலக்கி
எச்சிலை தானே விழுங்க
வேண்டி இருக்கிறது
ஈர்ப்பற்ற வெளியில்
சிறுநீரை உறிஞ்சுவதைப் போலவே
விடாய் நாட்களிலும் உறிஞ்சும்
கழிவுக் குழாய் ஒரு மாபெரும் படிமம்
இரண்டு நட்சத்திரங்களிடையே
பயணிக்கும் அப்படகின்
வயது பூமி சுற்றுவதைக் கொண்டே
வளர்கிறது

வெளியுலாவி மீண்டு
தலைக்கவசத்தை கழற்றும் போது
வாய்க்கும் ஆசுவாசம்
இரட்டைக்குழந்தைகளின் பிரசவத்தில்
கர்ப்பவாயிலில் இருந்து
ஓர் சிசுத்தலை வெளியேறுவது
இன்று நெஞ்சு வலித்ததாய்
டைரிக் குறிப்பெழுதினாள்
பொங்கும் கருந்துளை
பிசையும் மேகங்கள்
வான் தின்ற நிலம்
மலைப்பாம்பின் சினைவயிறு பிளந்த நகர வீதிகள்
தாண்டி
ஒளிவட்டங்களை கடப்பது
இலக்குகளை எளிதில்
நெருங்க வைக்கும்
கார்த்திகை நாளில் நகரத்தின் மேலே பறக்கும்
பறவையின்கண்
வீதியெங்கும் ஒளிரும்
காலையுணவுக்கு காலத்தின்
ஒரு விள்ளல்
உடற்பயிற்சியும் கூட்டு உணவும்
வடிகட்டிகளை குடல்விலக்கம் செய்வதில்
கழியும் வார இறுதிகள்
ஒரு புதிய நட்சத்திரத்திற்கு
பெயரிடுவதில் கழிந்தது நேற்று
இந்த ஜன்னல் கண்ணாடிகள்
சமயத்தில் முகம்பார்க்கும் கண்ணாடிகளாகவே
உறைந்து
நிற்பது தற்செயல் அல்ல
ஆம் இன்று அவர்கள் பார்த்த விண்கல்
ஒரு மண்டையோட்டைப் போல்
இருந்தது

ஸ்வஸ்திக் வடிவத்தில்
ஒரு நட்சத்திரக் கூட்டம் பார்த்தார்கள்
சூரியனின் மூச்சில் துர்வாடை
அடிப்பதாய் பேசிக் கொண்டார்கள்
இரவற்ற பகல் என்றொரு கவிதை
எழுதினாள் நேற்று
தெர்மல் இன்ஃப்ராரெட் காமிராவில்
செல்ஃபி எடுத்துக் கொண்டார்கள்
அனைவரும்
மிதந்தபடி உறங்கிப் போனார்கள்
ஒரு நாள் கழிந்தது.

46

மகரந்த முகம்

உன்னொரு நாத்திக தீண்டலில் சுவர் மீதிருக்கும்
கண்ணாடிச் சில்லுகள் கடக்கும் பூனையாய்
அளந்து பதியும் பாதம்
ரோமக்காலிடையே மூச்சு
மூங்கிலின் குருத்துகள் பச்சையம் மாறுகையில்
பாய்மரத்தின் பாய்கள் பருவமெய்துகின்றன
தளும்பும் அலைகள் தெறிப்புகளால் உப்புறைய
மகரந்த முகத்துடன் திரியும் வண்ணத்துப் பூச்சி
பழிக்கிறது சிறகசையாமல் மிதக்கும் பறவையை
வேர்கள் நீருறுஞ்சும் மௌனக் கிசுகிசுப்பை
மழையருந்திப் பறவைகள்
சப்தம் பெயர்த்து இலக்கணம்
இயம்பின
மரங்கொத்திப் பறவைகள்
விரும்பித் துயிலும் மரம்
மீன் கொத்திகளின் கனவிலிருந்தது
ஏந்திய கரங்களுடன்
மாங்குரோவ் காடுகள்
பறவைகள் கண்டம் கடக்க
விண்ணெழும்பியதும்
அலை சப்தம் சுருதிப் பிசகாமல்
ஒரு நரைத்த இலை உதிர்ந்து மிதக்கிறது

47

யூதாஸின் முத்தக் குறிப்புகள்

தகனம் செய்ய எவருமற்ற
பிரேதம் போல் காற்றில் மிதந்து கொண்டிருக்கிறது
ஒரு நிராகரிக்கப்பட்ட முத்தம்
மிதா
கொடுக்கப்படும் அதே அழுத்தத்துடன்
உணரப்படும் முத்தங்கள்
எல்லோருக்கும் வாய்ப்பதில்லை
முழுமையுறாத
நிராகரிக்கப்பட்ட
முத்தங்களை நுகர நேர்கிறது
வெளியெங்கும் குறுந் தகடுகளைப்போல

அறிந்தவரை
விடுபடும் கணத்தில் கண்களால்
போதாமையை
பேசிக்கொள்ளும் முத்தங்கள்
தீர்ந்து போகாதவை

உயிர் தகிக்கத் தகிக்க மிருதங்கத்தின்
மையக் கருமை உதிர்ந்தெழ
அதிர அதிரத்தரும் முத்தங்கள்

நகக்கீறல்களால்
மொழிபெயர்க்கப்படுகையில்
காதல்
தன் சன்னதத்தை எய்துகிறது
முத்தத்தின் கருணை
சிலுவையின் ஆணி ஒன்றை
உதடுகளால் பெயர்ப்பதை
இழையும் இருதயம் முரசறைவதை
இப்பொன்னுலகு செவிமடுப்பதாக

கழுவில் தொங்கும் உடலில் இருந்து
வழியும் உதிரக் கவிச்சிக்கு
துடிப்படங்க காத்திருக்கும் பறவையின் அலகு போல்
புணர இயலா மெளுன் கிழமைகளில்
தரும் முத்தங்கள் திசை மாறி சூரியன் கொத்தும் பறவைச்
சாயலுள்ளவை

முள் கிழித்த ஒட்டகம் தின்னும் கனியின் ருசியில்
அதன் குருதியின் நிறம் படிந்திருக்கிறது
கூதிர்பருவத்தின் உறைந்த உதடுகளுக்கான
வெதுப்பு சற்றே துவர்ப்பானது

நாம் முத்தமிட்டோம் கடல்
நட்சத்திர மீன்களை
பிரசவித்தது

நாம் முத்தமிட்டோம்
சாத்தான் தன்
கடவுள் தோலுரித்தான்

நாம் முத்தமிட்டோம்
ஆகாயத்தில் நிலவுக்கு
மேலுதடு வளர்ந்தது

நாம் முத்தமிட்டோம்
பவளப்பாறைகளில்
கிளிஞ்சல்கள்
நாபி மலர்த்துகின்றன

ஆம்
நாம் முத்தமிட்டோம்

கருப்பையை உதைக்கும்
குழந்தையின் பாதங்களால்
மரணத்தை அது ஒத்தி வைத்தது

அட்சரேகையும் தீர்க்க ரேகையும்
அழிந்த கோளத்தில் மேகங்கள்
தம் நிர்வாணத்தை பலியிட்டன

பிறகொரு முத்தத்தில்
தன் குஞ்சுகளை தானே தின்று
மீண்டும் கருவுறும் மீனாய்
நீ என்னைக் கருக் கொண்டாய்

48

சல்லடை நிழல்

எவள் விட்டுச்சென்ற கொலுசின்
ஞாபகத்தில் நுரை கோர்த்திருக்கிறது
நாணல் நதிக்கரை
முகம் பொத்திய எந்த முந்தானையின்
வாசத்திற்கு தரை தடவிக் கொண்டிருக்கிறது
இக்கிளையின் சல்லடைநிழல்
எந்த உதட்டுக்கான முத்தத்தை
நீர்தளம் தொட்டு காற்றில் பறக்க
விடுகிறது இம்மீன்
யார் சாம்பலை கரைத்து விட்டு
எலும்பை நழுவ விட்ட இப்பாண்டத்தின் சில்லில்
வந்தமர்கிறது இந்தத் தட்டான்?

49

நாட்குறிப்பு

உடும்புத்தொலியில் செய்த கைக்கொட்டு
தீயில் வாட்டும்போது புலப்படும் ரேகைகள்
எல்லா வாசல்களும் சாவிதொலைத்த பகலில்
தெரிந்தே அழைப்புகளைத் தவற விடுபவனின் குரல்
வகிடு பிரிக்கப்படாத சாலைகள் உள்ள ஊரில்
இன்னும் அகழப்படாத உலோகத்தைக் குறித்துக்
கேட்பவனைப் போல் கவிகிறது அந்தி
விற்றபிறகும் சங்கையும் நுகத்தடியையும்
பரணுக்குள்
சொல்ல விரும்பாத அவமானத்தைப் போல்
ஒளித்து வைத்திருக்கிறவனின் நம்பிக்கையை
நாளை என்ற சொல் மீது
நத்தைக் கூடு போல் சுமந்து நகர்கையில்
சீழ்கட்டிய குளம்புகளுள்ள குதிரைகள் பூட்டிய தேரில்
ஒரு நாளை அஸ்தமனத்திற்கு இட்டுச் செல்லும் வதை
தன் கடைசி நாணயத்திற்கான மலினச்சீட்டுப்
பேருந்துக்கு
கர்ப்பவதியுடன் காத்திருத்தல்
யாரோ வந்து எல்லோருக்கும் கொடுத்தது போக
கொண்டு முடியாமல் மீதமிருக்கிறது என்றபடி
ஒரு மலைவேம்புக் கன்றை கையளிக்கிற
இவ்வாழ்வு எவ்வளவு அனிச்சையானது!

50

அஜினோமோட்டோவும் செய்தி வாசிப்பாளினியும்

இன்னும் கொஞ்சம் அஜினோமோட்டோ
சேர்த்தால் இரத்தப் பொரியல் ருசிக்கும்
என்று தாயிடம் வாதிடுகிறாள்
ஸீஜி டச்சப் இல்லாமல்
‘பைட்ஸ்’ எப்படி டேபிளுக்கு வரும்
என்று நம்புகிறவள்
கத்தரிக்கப்பட்ட செய்திகள்
என்ற வாக்கியம் தழுவப்பட்டது
சிசேரியன் என்ற சொல்லின்
சகஜபாவம் பயிற்சியில்
கைவரலாம்
விதையற்ற கனிகள்
பல்லுக்கு மெதுவாய் திரட்சியுடனிருப்பதை
ப்ராய்லர் கோழிகள் ‘கே எஃப் சி’-யில்
பஞ்சுபோலிருப்பதை
அவர்கள் நமக்குப் பழக்கியிருக்கிறார்கள்
முதலில் நிர்வாணத்தைப்
பழித்து ஆடை தர வேண்டும்

பின்னர் அதைப் பறித்து
அந்த நாகரீகத்திற்கு
எனக்கு உரிமை இல்லை
என்று நிறுவ வேண்டும்
இதற்கிடையே
என் கறுப்பு நிறத்திற்கு
வெள்ளை நிற க்ரீம் தயாரித்து
என் கையில் திணிக்க வேண்டும்
எவ்வளவு வேலை இருக்கிறது
ஒரு ஜனநாயக தேசத்தின்
கொரில்லாப் போர்களில் யார்
முதலில் சாகிறார்கள்
நிலத்திற்கு கீழ் விளைவதை
தின்றவர்கள்தான்
ஆம்
அவர்கள் மீண்டும் விதைக்கப் படுகிறார்கள்
இடையில் அஜினோமோட்டோ
விளம்பரம் வருகிறது
போகட்டும்
சலித்துக் கொள்ள வேண்டாம்
நமக்கு இலவச தொலைக்காட்சி
வழங்கப்பட்டது
அதன் செய்திகள் தயாரித்து
விற்கப்படுகின்றன
அவ்வளவுதான்
இதுவும் ஒரு பயிற்சிதான்
பின்னர் பழகி விடுவோம்
மது விற்பனையாளர்க்கு ஊதிய
உயர்வு
அடுத்து வருவது கிளப் சோடாவுக்கான
விளம்பரம்
இன்னுமா 'வானிலை
அறிக்கை'க்கு காத்திருக்கிறாய்?

51

அதிகாலைத் தேநீர்

நிலவென்னும் கருங்கொற்றக்
குடையின் கீழ் கடல் தசமபின்னங்கள்
எழுதிப்பழகும் பின்னிரவு
கனவுள் சலங்கை
பற்றி எரிகிறது
காற்று இக்கலத்தின் துறைவன்
இந்த இரவு இன்னும் கரிப்பேறட்டும்
அலையொதுக்கிய மெல்லுடலிகளுக்கு
பாறைகளிடையே அலைவுறும் இப் பூனையின்
வழுக்காத பாதங்கள்
சிதைந்த நண்டின் ஓட்டுக்கு
முன் பிரார்த்தனை போல் கரையும் காகங்கள்
விற்க தரம்பிரிக்கும் பரதவர்களின்
தட்டில் கண்கள்... கண்கள்...
நட்சத்திரங்கள் மங்கத் துவங்குகின்றன
இந்த உலகின் மறுகரையில்
நம்மைப்போல் யாருக்கேனும்
உதடுகள் உப்புப்படிய தன் முதல்தேனீரை
பருக வாய்த்திருக்கலாம்
அவர்களுக்கும் கடற்காகங்கள் வழி
நாம் கடல் முன் சொன்ன 'களித்திருங்கள்!'
கேட்பதாக

52

அயல்மகரந்தச் சேர்க்கை

அரட்டைப் பெட்டிகளில்
பச்சைவிளக்குகளெல்லாம் அணைந்ததும்
தகனமானது இரண்டுசுளை பிய்த்த
ஆரஞ்சு வட்டத்தைக்கடந்த
நகரின் கடிகாரப் பகல்

நடுச்சாலையில் சிதறி
இன்னும் நுரை உடையும்
பியர் புட்டி நட்சத்திரங்கள் நடுவே
கால்வாசி நிரம்பிய
மூத்திரக் கோப்பை
யாரும் பார்க்காத நிலாப் பிறை

சமிக்ஞை மறுதலிக்கப்பட்டு
கடைசிக்கு முந்தைய
பயணியும் இறங்கிய புறநகர் மின்ரயில்
கதவோரம் மொட்டுவரை புகைத்துக்
கொண்டிருக்கிறான் தற்பால் மோகி

மனநோய் விடுதியின் கண்ணாடிச்சில்லுகள்
பதித்த சுவர்தாண்டிக் குதிக்கிறாள்
தன் பெயர் நினைவுக்கு வந்த ஒருத்தி

உதிர்ந்த மல்லிகைச் சரத்தை
முகர்ந்தபடி பின்னிரவில் மெஷின் முன்
தற்புணரும் ஏடிஎம் காவலாளியை
வெறிக்கிறது கண்ணாடிச்சுவருக்கு
அப்பால் செங்கோண முக்கோணமாய்
அமர்ந்திருக்கும் நாய்

53

மச்சங்களைத் தின்னும் புணர்ச்சி கிரகணம்

பச்சை மீன் பறிமாறப்படும்
சாஷிமி மேசையைக் கடக்கும்
மழையிரவில் ஈசல் வறுபடும் வாசனை
சர்க்கஸ் பார்க்கும் சிறுமியின்
பஞ்சுப்புலி ஞாபகம் இல்லை

உப்பளத்துக் காவல்பிராணியின் பாதப்பிசுப்பில்
பனையேறி மீனின் உயரந்தாண்டுதல்
மச்சங்களைத் தின்னும் புணர்ச்சி கிரகணம்
அது

இஞ்சிப்புல் மொய்க்கும் தேனீக்கள்
தங்கள் பாதையை தொலைத்த
அணுக்கசிவு நகரத்தில்
குஞ்சுகள் பிரசவிக்கும்
சாம்பல் தகைவிலான் குருவிக்கு
பூமியின் அரைஞாண் கயிற்றில்
ஆயுள் ரேகை

ஊஞ்சல் சங்கிலிகளில் ஊர்ந்து விளையாடும்
அணிலின் பாதங்களுடன் நகரும்
ஞாயிற்றுக் கிழமைகளில் கூடும்
வளர்ப்புப் பறவைகளின் சந்தையில்
கர்ப்பஸ்த்ரீயொருத்தி
தன் மகவின் தோழமைக்கு
காலில் ஒரு விரல்
அதிகமாய் இருக்கும் பறவையாய்த் தேடி
பேரமின்றி வாங்குவது குறித்துச் சொல்ல
எங்களிடம்
சில நியூட்ரினோ மௌனங்கள் உண்டு

54

ஒப்புதல்

நாம் இணைந்து பார்க்க ஒரு எரிநட்சத்திரம்
கடல்வீழும் நாளில்
முதல்முத்தம் உனக்கு

தூரிகைத் தீண்டலாய் பசுமுந்தானை இழுக்க
அதன் நாவு படரும் கூச்சம்
உன் பார்வையால் செய்யும் நாளில்
நீ பிறை பார்ப்பாய்

தகனச்சாம்பலில் ஒரு உடலை கற்பனித்து
விசும்பும் வெற்றிடம் நிரப்புவேன்
எனைக்கொண்டு

மீனின் திறந்த செதிள் சிவப்பு வெட்கம்
பார்க்க ஆயிரம் முத்தத்தின் ஆழம்
கடக்க வேண்டும் நீ

55

ஒளியை முத்தமிடுதல்

மந்திரவாதியின் தொப்பிக்குள்
இருந்து மேலெழுகிற துயரநாளின் நிலவு
வன்புணர்ந்து மனம்பிறழ்ந்தவள்
மீண்டும்மீண்டும்
சொல்லும் சொல்லாய் அலைமிதந்தேறுகிறது
யாருமற்ற தீவில்

பச்சோந்தி மரணநிலையில் கொள்ளும்
நிறத்தில் உள்ள நிர்வாணத்துடன்
உடன் பயணிக்கிறது தப்பிய விண்மீனின்
கிரணம்

அவ்வொளிக் கற்றை
அத்துணை ஒளிஆண்டுகள் கடந்து
பூமியைச் சேர்ந்த போது
அந்த நட்சத்திரம் எரிந்து போயிருந்தது
நான் அதன் ஒளியை முத்தமிட்டேன்

மரத்தின் ஊனத்தில் பெருகும்
பிசின் நிறத்தில் செருகப்படும் ஊசியால்

வெப்பத்திற்கு ஒளிரும்
கூண்டுக்குள் இருக்கும் பறவையின்
கர்ப்பத்தை அனுமதிக்கிறவனின்
கருணைப் புன்னகை காகிதம் தைக்கும்
டங்ஸ்டன் இழைகளால் ஆனது

சாத்தான் தன் ஆணுறையை மறந்துவிட்டு
வந்திருக்கிறான்
கடவுளின் அந்தப்புறத்தில்

யானைகளின் பாதங்களோ
நிலத்துள் நகரும் நீரோடு
ஒரு தகப்பனின் செவி போல்
பொத்தப்பட்டிருக்கின்றன

அந்த நட்சத்திரம் எரிந்து போயிருந்தது
நான் அதன் ஒளியை முத்தமிட்டேன்

56

தீவாட்டும் பறை கசியும் வாசனை

வெண்பன்றியின் முலைக்காம்பு நிறத்தில்
தந்தியை மீட்டி மீட்டிச் சிவந்த விரல்
மன்னாப்பிசின் தடவிய நாக்காய்
பசி தின்று பசி மரத்த புலன்
மேகமாயிற்று

வெயில் மழைநாளில்
சூரியன்
இலட்சங்கால் ஜெல்லி மீன்,
ரோமக்காடோ ஆகாசம் நோக்கி
மிதக்கிறது

லார்வாவின் நரம்பில் நெசவாகும்
மயில்கண் வசீகரம்
பிறிதோர் சருமப்புணர்வில் தோன்றும்
முதற்கலவி மஞ்சள்பூசிப் பழகிய
பொன்வண்டு அடிவயிறொத்த முகம்

பாவமன்னிப்புக் கூண்டுக்கு அந்தப் புறம்
பிரார்த்தனை நேரத்து ஆகாயம்

வானவில் அங்கி அணிந்த திரிசங்கு தேவதை
செவிகளுடன்

தீ வாட்டி வார்பிடிக்கும் மரத்தோல் வாத்தியப் பறை
கசியும் வாசனை
நிலத்தின் பச்சையம் விரவிய
வியர்வையின் கஞ்சாப் புகையரும்பல்

பாசிப்பீழை படிந்த நாணற் புதர்வழி
தப்புவது போல் கடக்கும் நீர்ப்பாம்பின்
உடல்மீது பச்சை குத்துவது போல்
நா படர்த்துகிறது நிலாப்பிறை

கீறிய மரத்திலிருந்து பெருகிச்சொட்டும்
ரப்பர்பால்
குவியும் மகவின் உதட்டுக்கு காம்பாகும்
நாளின் மீதான கனாவில்

வரிகள் அடர்ந்து முத்து வளர்க்கும்
சிப்பி இமைகள் தியானத்திலிருக்கும்
நுரையற்ற உப்புக்கடல்

தன் முட்டைகளைத் தானே உண்ணும்
மீனின் கருப்பைக்கு அருகே இருக்கும்
இரைப்பை
சுரக்காத முலைகளுடன்
ததும்பும் என் குறி

57

செம்மீன்களைப் பின்தொடர்பவர்கள்

நறவப்பூவில் வடித்த கள்
மூங்கில் குடுவைகளின் அடிவயிற்றை
தொட்டு நிற்கிறது
நண்டும் பீர்க்கங்காயும் புசித்தவர்கள்
உலர்மீன் விற்க நகர் சென்றிருக்கிறார்கள்
உப்பங்கழிகளில் பூக்கும் மலர் பறித்து
வரச்சென்ற சிறுமி ஒருத்தி விலாபற்றி அமர்ந்ததில்
சிவந்தது உப்புவயல்

கடல் கர்ப்பந்தரிக்கும் பருவங்களில்
பிளாந்தன் இலைகளின் கீழ் மீன்கள்
முட்டையிட்டிருக்கும்
நீ ஓர் இடம்புரிச்சங்கில் உதிரம் தொட்டு
எழுதியிருந்த என்பெயர்
எழுத்துப் பிழையோடிருந்தது
வயலாமைகளின் இறைச்சியுடன்
உண்ணும் கள்நாட்களில்

சகலரும் உறங்கிய பின்னிரவில்
ஆகாயத்தாமரைப் புதர்களிடையே

முத்தமிட்டாய்
நன்னீர்க் குழிகளில் நீர்சேந்தி
வருபவர்கள் தற்கொலைசெய்து
இறந்து கொண்டிருந்த நாட்களில்
கொடி காய்ந்த உள்ளாடைகளில்
உன் வியர்வை வாசனை

பிறகான பிறைகளில் அவர்கள்
வந்தார்கள்
கூடுகளில் மீன்பிடித்தவர்கள்
எந்திரங்களுக்கு மாறிய நாட்களில் வந்த தூமகேது
அன்றும் வந்தான்
எல்லாம் மாறிற்று
திரைகடலோடித் திரும்பி வந்திருக்கும்
பிரியனே
பூதனையின் மார்க்கச்சை போல் இருக்கும்
இக் கோபுரங்கள் குறித்துச் சொல்ல
எனக்குக் கதைகள் மெத்த உண்டு

போலவே
இரவில் செம்மீன்களைப் பின்தொடர்ந்து செல்பவர்கள்
மீள்வதே இல்லை
மீத்தேன் குழிகளில் இருந்து பால்யத்தில் பார்த்த
ஆளுயர் நெருப்புபோல் பற்றி எரியும்
படகுகள் கடல்மிருகங்களின் சொக்கப்பனை
நம் செய்திகள் மானியங்களோடு
முடிந்து விடுகின்றன

கல்மீனின் முள்விஷம்
உன் சமிக்ஞைகள்
மெல்லக்கொல்லும்
நீர் தீர்ந்து வாயிலில் நிற்கும் சிசுவின் தலை
பிறப்புக்கும் இறப்புக்கும் நிற்கும்

இந்த நிலா மற்றும் என் காமம்
நீயோ காயும் வலைகளை மொய்க்கும்
கரைநாய்களின் சிநேகிதன்
ஆமைகளின் கடல்வழிப்பாதை குறித்துப்
பேசிய நாளில்
எண்ணெய்க்கப்பல் எரிந்து
ஜெல்லிமீன்கள் கரையேறின
மாங்குரோவ் புதர்களில்
உன் நீள்நகம் உடைந்து
என் காம்பொன்று அறுந்தது
தகப்பனோ சாலமன் மீன்களுடன்
கரை மீண்டான்

ஆனால் இப்போதெல்லாம் அடிக்கடி
சந்தைக்கரையில் சிவப்புக்கொடி
பறக்கிறது
எப்போதும் போல்
செம்மீன்களை பின்தொடர்பவர்கள்
பெரிதும் மீள்வதே இல்லை
மீண்டால் இடுகாடு புகைய
செங்கொடி பரப்புகிறது கரை
உனக்கு நல்வரவு

58

இன்குபேட்டர்களில் ஒளிந்திருப்பவர்கள்

அகதியின் இருதயம்
மூச்சுப் புகைய
இழுத்துச் செல்லும் சரக்குப் பெட்டியில்
பாசில்கள் மட்கி உருவான நிலக்கரி
சாலமன் மீன்களின் கருவறையில்
தலைப்பிரட்டைகளுக்கான
விந்தை வன்புணர்ந்து
போயிற்று துப்பாக்கி
சிந்திப்பதற்கான அதிகாரத்தின் விலை
பூவாக இருந்தால் வேராக
பணிப்பது
சூரியனை தம் அந்தப்புரத்திற்கு இரவு விளக்காக்குதல்
திமில்களையும் பால்மடிகளையும் அரிந்து
மியூசியம் அமைத்தல்
ஆன்மாவின் தொலி மீது
கொட்டடிக் குறியிட்டு
பிண்டங்களை அடிமைச்சந்தையில் விற்றல்
முன்னர் சிந்தனையின் விலை
நேரடி மரணமென்று எழுதியவன்
எவ்வளவு கருணை மிகுந்தவன்

உடல்களின் மேல் விதைக்கப்பட்ட மரங்களின் கனிகள்
பறவைகளின் பாடலாய் மாறும் நாளில்
மீப்பெரும் நரம்புக் கருவியின்
இசையாய் அது தொனிக்கக் கூடும்
எல்லாத் தணிக்கைக்களுக்கும்
அப்பால் எஞ்சி நிற்பதல்ல
பூமியின் மஜ்ஜைக்கு வேறு
பிரக்ஞைகள் உண்டு
அது தன்னை மீளெழுதிக் கொள்ளும்
எப்போதும் தப்புவதற்கு அவகாசம் இருந்தும்
தம் சிரத்தை பணையம் வைப்பவர்கள்
இங்குபேட்டர்களில் ஒளிந்திருப்பவர்கள் குறித்து
அலட்சியமாயிருக்கிறார்கள்
ஆமைகளோ சகலத்திற்கும் சாட்சிகளாய் இருக்கின்றன

59

கனிவேந்திய இமைதாழ்ச்சி

ஒளியை நதிமேற்பரப்பில் போர்வாளாய்த்
தீட்டிக் கொண்டிருக்கிறது
சூரியன்
இசைக்கருவியில்
ஒரு மீட்டல் மௌனப்பட
படியும் விரல்
எல்லாம் நலம் மீளும்
எனும் எனக்கான உன்
கனிவேந்திய இமைதாழ்ச்சி
ஒரு கருவை கைகளால் கற்பனிப்பது
அன்பை தழுவிச் சொல்ல முயல்வது
ஆர்க்கும் அருவியின் நுரைத்த
நீர்த்திரைக்குப் பின்னுள்ள
பாறையில் செதுக்கியிருக்கும்
சிற்பம் உன்னுடனான நல்ஞாபகம்
ஆலங்கட்டியை தரையிறக்கும்
காற்றின் அவசம்
தாபத்தின் தாளாமையில்
பிறக்கும் முத்தங்கள்
என்றானால்

அக்கணத்தின் பிரபஞ்ச வெடிப்பை எழுத
இவ்வுலகெலாம் திரியும்
வண்ணத்திகளின் இறகுகள்
ஒத்திகைப் பக்கங்கள்
காரணமே அறியாமல்
அடிபடும் வளர்ப்பு விலங்காய்
விதியின் முன் நிற்கையில்
கண்ணீரின் தடமெங்கும்
பதியனிடப் பெறும் முத்தநம்பிக்கைகள்
உறைந்ததோர் கோளுக்கான
மீட்சிக் கீற்று
இந்த கடைசிவரிக்கு வருவதற்குள்
நதியிலிருந்து ஓர் நீர்ப்பாம்பைக்
கவ்வி எழும்புகிறது அந்த
நீலநிறப் புள்

60

யானைகளின் நீர்த் தளங்கள்

காற்றோ மகத்தான சூதாடியாய் இருக்கிறது
இலையுதிர் காலம் ஆனால்
திசைகளின் புலனிகள்
வசந்தத்தை இலட்சம் உள்ளங்கைகள் கொண்டு
சத்தியம் செய்வது எனக்குக் கேட்கிறது
பறவைகளின் முட்டைஓடுகள்
அடர்வு குறைவது குறித்து
தமக்குள் பேசிக் கொள்ளக் கூடும்
எல்லா சுவைக்குறைவுடனும்
சமீபித்திருக்கும் நற்கணங்களை
சகுனஞ்சொல்லிகள் உறுதிப்படுத்துகிறார்கள்
யானைகள் காட்டின் நீர்தளத்துக்கான
பாதைகளை தீர்மானிக்கின்றன
உன் வருகையை முன்னிட்டு
தித்திப்பை திமில்களால்
இழுத்துக் கொணரும் மேகங்கள்
தம் பொறுப்பின்மையை கைவிடக்கூடும்

உன்னோடு வாழ விரும்பும் பிறரையும்
உலகின் எல்லாக் கலைகளுக்கும்

61

மழைப் பறவை

ஜெல்லி மீன்களின் பௌர்ணமிப் புணர்வில்
பட்டுத்தெறிக்கும் நிலவொளி
கூதிர்காலப் பறவைக்கூட்டின் வெம்மை
சன்ன மேகங்கள் உலவும் கோப்பையின் முகடுகளில்
பூவின் நுதல் ஒற்றி மகரந்தம் பூசும்
என் கார்வானம்
சக்கரவாகத்தின் உள்நாக்கு வறண்டு கிடக்க
தாளாது உப்புமேகம் பிலிற்றும்
சுனையில் மிதந்து வரும்
மூங்கில் பூக்களை முத்தமிடும்
கெண்டைவாய்த் திறப்பில்
ஒரு கணம் வானம் நீலம் பூசும்
பைன் மரங்கள்
நட்டுவைத்த தூரிகைமேடையாய் இருக்கும் காட்டில்
பனி உப்பைப்போல் பெய்கிறதே ஆகா
நிலவின் சாறு துளிர்த்திருக்கும் மகுடிகளில்
அதன் குரல் உறைந்திருக்கிறது
காட்டின் பெருமூச்சில் மெல்ல உருகும்
அகல்கள் சிமிட்டும் பள்ளத்தாக்கின் தருக்கால்கள்
அனிச்சப் பூக்களில்

அலையும் இசைக்குறிப்புகள்
அவாவும் ருசி
திமில்தழுவி தீபகற்பம் மூழ்கப் பெய்யும்
மழைக் காலத்தின் தட்டான்கள்
மூக்குத்தி வெளிச்சத்தில் கோள்களின்
சுற்றுப்பாதையில் அலைகிறதென் பேரன்பு
மகரங்கள் அடைகொள்ளும் பவழப் பாறைகளில்
ஒரு பவளப் பூச்சியென ஊர்கிறதென் விடிவெள்ளி
தீவுகளில் தனித்திருக்கும் பிறை
நிலவை
அருந்தி வாழ தாகிக்கிறதென்
வளர்ப்புப் பறவையின் அலகு

இந்தக் கணம்...
சுடர்கொண்ட ஊன் அகல்
பறவையின் நாவு
பிரவாக நுரையில் தெரியும் வானம்
நீர்த்தாவரத்தின் வேர் முண்டும் மீன்குஞ்சு
கூட்டைத்தாங்கும் கிளைப் பிளவு
அடைப்பறவையின் உடற் கொதி
ஓங்கலின் மூக்குரசும் பனிப்பாறை
சில்வண்டைப் போல் இமை மூடி
சப்தத்தால் உதட்டை உணர்
கண் திறந்ததும் மின்மினிபோல்
வியர்வை முத்துகளால்
தீண்டல் அறி
இருந்ததற்கு கூச்செரிவே சாட்சி
புலி கீறிய மரம்
காட்டின் எல்லை
நகக்கீறல் மீது மயிற்பீலியின் மையத்தில்
என் ரோமக்கால்களை நடுவேன்
மேகத்தைத் திணித்த பாறை இடுக்குகளில்
உன் மையல் சுவைப்பேன்

பவளப் பாறைகளில்
பாதரஸ ஓவியம் தீட்டும் தூரிகைக்கு
வால்நட்சத்திரத்தின் வாசனை
கிழங்கு பூக்கும் பூவின் தேனுக்கு குனியும் புள்
சர்ப்பமுரித்த தோல் முகர்ந்து கிறங்கும்
மகுடிகளை முத்தமிடும் மூச்சு
புல்லாங்குழலுக்குள் ரயிலாகிறது
குழிமுயலின் ரோமச் சூட்டில் தூரிகை நனைகிறது
மழையுண்ணிப் பறவைக்கு மேகம் பிழிந்து தரும்
நட்சத்திரமே
நுங்குகள் மீது வழுக்கும் கால்களால் நடக்கும்
எறும்பின் உணரிகள் சொல்லும் நாளில் சந்திப்போம்

62

செந்தட்டிகள் படரும் ஒந்தி மேடுகள்

உறங்கும் கர்ப்பிணியின்
கைநிறைந்த கண்ணாடி வளையல்களாய்
மினுங்குகிறது சாலை
நிலா சன்னதம் வந்தவளின் கண்சொருகல்
சாமத்தின் காற்றோ சல்லடையில் அள்ளிய
அவள் வாசனையால் பேசுகிறது
சினைத்த பறவையின் கூடு தாழ்ந்திருக்கும்
இந்த சாலையோர மரக்கிளை
எந்தப் பெண்யானையின் மத்தகம்
உன் பூமத்திய ரேகையில் துவங்குகிறது
என் பருவத்தின் முதல் கந்தகக்காற்று
ஈனும் மீனின் செதில்திறப்பாய் கடலின் நீலம்
குடிக்கிறதென் சுவாசச் சிமிழ்
பாலை மென்றுதின்னும் மேகம்
ஓர் இசைமிடறாய் இறங்குகிறது
என் சரும வேர்களில்
மேம்பாலங்களின் இருமருங்கு
பள்ளத்தாக்குகளில் பனி வெட்கத்தோடு
இறங்கிக் கொண்டிருக்கிறது
செந்தட்டிகள் படரும் ஒந்தி மேடுகளில்

தன் பால்மடியுரச கடக்கும்
காட்டுப் பூனையின் காம்புகளில்
உந்தன் அன்பை சுரக்கக் கேட்டு பருகும்
என் செல்லச் சூரியன்
உன் சுவாசம் குடித்து வளர்ந்த
வனத்தின் முதுமரத்தின் ஆண்டு வளையத்துள்
உன் பித்தை செதுக்கி வைத்திருக்கிறது
இலையுதிர் பருவம்
நீ நீராடிய சுனையின் பாறையில்
பாசியாய் படர்ந்திருக்கும் உன் வாசனையை
ஒரு நத்தை போல் உடல் படர்த்தி
உயிரெங்கும் பூசுவேன் என்கிறது பித்தச் சுடர்
உன் மரணத்தின் கடைசி மிடறு
என் முத்தத்தால் சுடர்ந்த ஈரம்
பூமிக்கு தோல் உரியும் சாமம்
இதில் உன் கருவுக்குள் நான் புரண்டு படுக்கிறேன்
உலகின் எல்லாக் கல்லறைக்கும் ஆன ஞாபகபாரம்
உன்னோடு வாழ விரும்பும் பிறவியின் நீளம்

63

ஆகாயத்தின் பசலை

பௌர்ணமிமரங்களை
உரசி சொக்கப்பனையாய்
சப்திக்கிறது காற்று
வழிந்துவழிந்து
உன் மீது ஒரு நிறமாக
விரும்புகிறேன் என்றான்
ஆகாயத்தின் பசலையை
மேவும் மேகங்கள் ஒரு செல்லோ இசைக்கருவியின்
தந்திகளைத் துடைக்கும்
மெல்லதிர்வை ஒளியால்
தியானிக்கும்
கோடி மெழுகு உருகிய பிரார்த்தனைக் கூடமாய்
என் உள்ளம் கனத்திருக்கிறது
ஒரு பாறை
ஓவியத்தின் நூற்றாண்டு
மௌனத்துடன் உறங்குகிறது உலகம்
பூமியொடு ஆதிநாள் பிறந்த பாறைகளின்
எந்தப் பருவத்தில்
தேரைகள் வசிக்கத் துவங்குகின்றன
சிமிட்டிச்சிமிட்டி ஒரு காணவியலாத

விழியாய் அணைந்து திறக்கிறது
இக்காதலின் நொதி
ஊனமுற்ற ஆமை நதியைக் கடக்கத் துவங்குகிறது
நிறைசூலி மேகம் தாளப் பறக்கிறது
அதன் கண்ணாடி உடலில்
இருப்பு இன்மையைப் போல்
துணைக்கு வரும் வாழ்வில் நான்
தனித்திருந்தாலும் எல்லோரோடும் இருக்கிறேன்
பைத்தியத்தின் எழுச்சியாய்
சோம்பல்கடல் திமிருகிறது
நான் வெகுநாள் வளர்த்த
ஒரு விஷச் செடியை சுவாசிக்கிறேன்
பனிநிலத்தின் வேர்கள் மேல் வளர்ந்து உயர்கிறது நிலம்

64

இலைப்பூச்சியின் இரைப்பை

கூரை மீது ஆடுகள் அலையும்
மலைநிலத்தில் மேகங்களைத் துருவி
காற்றில் தூற்றிக் கொண்டிருக்கின்றன
சேப்பஞ் செடியின் இலைகள்
நிலவோ காதலின் சுழற்கோப்பை
என்று தன் குரலின் அலைவுதூரத்தில்
பனியரங்கம் நிகழ்த்துகிறது சில்வண்டு
திரவங்களின் பைத்தியச் சுவையை
பெருக்கும் நிலவின் பூர்ணிமை
திரண்ட நரம்புகளுடன் அல்லி இலைகள்
காலங்காலமாய்
கோபுரங்களின் மீது
பிரார்த்தனை சாட்சியமாய்
வாழ்கின்றன பறவைகள்
உன் காதணியின் ஒளி
கண்கள் கூசுகிறது
இன்னொருமுறை
நீசனென்று விளி
ஒரு இலைப்பூச்சியின் இரைப்பையானது செவிப்பறை
உன்னருகாமையில் தாளம் பிறழும்

மூச்சின் லயம்
நொண்டி நடக்கிற புதிய கொல்லன்
லாடமடித்த கால்
புலிக்குத்திப்பாட்டன் கல்லருகே
சுவாசத்தில் பச்சைக் குத்திக்
கொண்டது பருவம்
மேய்ச்சல் நிலங்களில் செந்நாய்கள்
புணரும் சப்தம்
உலோகப் பாண்டத்தை அறுப்பதொக்கும்
காட்டுப்பன்றிகள் மேய்ந்த
கிழங்குக் குழியின்
வெம்மையை உணரவேனும்
இத் தனிமையின் குகைக்குள்
உன்னை அழைத்து வருவேன்
படையலிடுகையில் அழைக்கப்படும்
பட்சிகள் உணரும்
வாசனை உன்னைக் கிளர்த்தக் கூடும்
ஆனால் நீயோ
அவகாசமற்றவள்

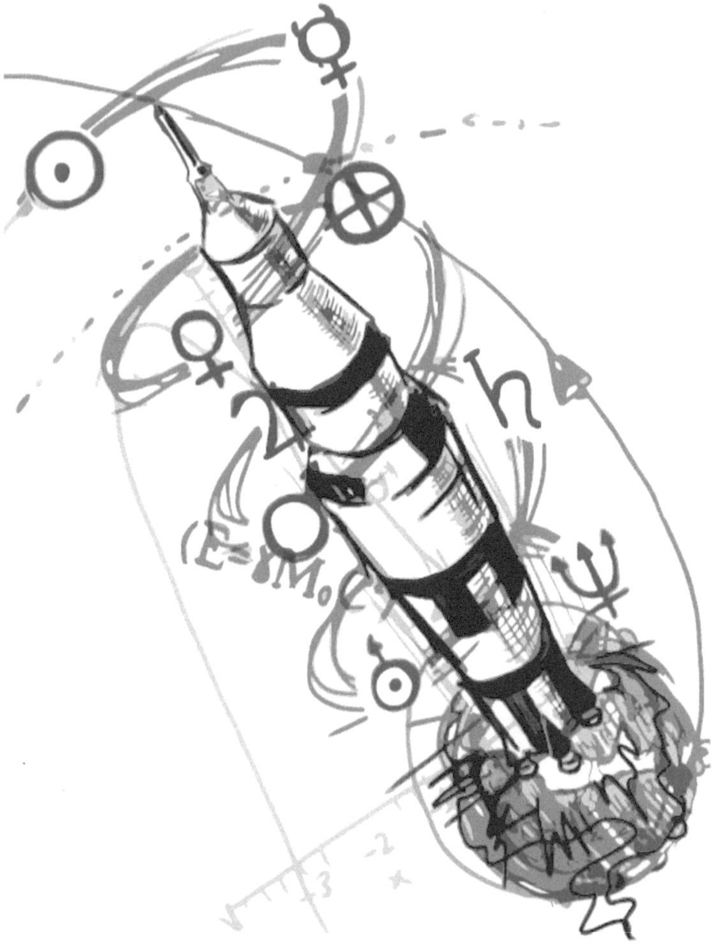

65

நிகழ்கிரகம்

பதியனிட்ட ஃபைபர்நரம்புகள்
கிளைத்துக்கொண்டே இருக்கும்
நகரத்துச் சாலைகள்
மீது பூச்சொரியும் நடைபாதை வளர்ப்பு மரங்கள்
பனியில் நனைந்திருக்கின்றன
சிலிக்கான் மார்பகம் சினைத்தடை
காப்பிட்ட உடலம்
ஒரு மரணப் பிரிவிற்கான ஆறுதல்
யாசிக்கும் அணைப்பில் நெக்குருகி
இமைகசிகிறது துயர்
நான் பெண்ணாகியிருந்த கனவில்
திமில்களில் சுரந்தது சீம்பால்
நீ தாயாகி கெட்டித்த நெஞ்சு நீவி
அருகிருந்தாய் கேவல்களை
காற்றில் வடிகட்டி முத்தமாய்
வனைந்தபடி
விடாய்ப்பஞ்சு மாற்ற அடம்பிடிக்கும்
நினைவுபிறழ்ந்த பெண்ணாயிருந்தேன்
ஈரக்கிழங்கின் செம்மண் சாந்து கழுவும்
செவிலித்தாய்மை பொசிய தொடை
துடைத்தாய்

சுரப்பு நின்று கருப்பை அகழ்ந்த
நாளில் நடுகல்லை அலங்கரித்து
குலவையிடும் மூப்பளாய்
என் வெற்றிடத்தை மேகங்களால்
நிரப்பிய நெற்றி முத்தம் நீ
பால்வெளிதோறும் பிறவிகள்
துய்த்த கனவின் இறுதிச்சுற்றில்
உடல் விதந்து ஓதிய காமம்
எந்த பாலுமைக்குரியது
நீரைக்குடித்து ருசியால் வாசனையறியும்
டால்பின்
உப்புக்கடல் குடித்து தவிக்கும்
பிஞ்சுடலை நிலத்திற்கு திருப்புகிறது
கனவின் பாதரஸ பாரத்திலிருந்து
முத்தத்திற்கு தாழ்ந்து அண்மிக்கும்
கஸ்தூரி வாசனையால்
நிகழ்கிரகத்திற்கு மீட்கிறாய் நீ
கோடைநாளின் மழை
சிறகுகள் கிளைத்துத் தரும் புள்ளினங்கள்
பூமியிலிருந்து சற்றே உயரத்திற்கு
சிலகாலம் விடுதலை அடைகின்றன

66

தீண்டல்

புதைத்த இடத்திலிருந்து
ஒரு பழத்தாவரமாய் முளைத்திருக்கிறது
வளர்ப்புப் பறவை

67

ஊஞ்சல்

ஊன்றுகோலை
மரத்தில் சார்த்தி வைத்துவிட்டு
கம்பம் பிறகு சங்கிலி பற்றி
ஒரு பிரயத்னப்பட்ட தாவலில்
அந்த யுவதி
அமர்ந்த ஊஞ்சல்
ஒரு தம்பி
தன் அக்காவை உப்புமூட்டை தூக்கும்
மென்கோண சிலும்பலுக்குப் பிறகு
நிலையடைந்தது

மேலிருந்து விழும் பூக்களை மடியிலேந்தியபடி
ஓர் பாடலின் பின்னிசையை
முணுமுணுத்தாள்
உற்சாகம் தொற்றத்தொற்ற
சுற்றும் முற்றும் பார்த்தபடி
ஒற்றைக் காலால்
உந்தி பின்னகரும்
உத்வேகம்

சற்று நீண்ட தயங்குதலுக்குப் பிறகு
மே ஐ ஹெல்ப் யூ
ஒரு கணம் அதிர்ந்து மறு கணம்
புன்னகையில் அனுமதி

டால்பின்களின் கீச்சொலிகள்
பழகியிருந்த ஊஞ்சல் சங்கிலிகள்
இசைக்க
துப்பட்டா சிறகானது
நான்காவது உந்தலில்
தன்னிச்சையாய் இமை மூடினாள்
காய்ந்த மருதாணிக் கூடுகள்
உதிரத் துவங்கிய சிவப்பு
பற்றியிருந்த அவள் கரங்களில்
பரவத் துவங்கியது
இது பறவை சிறகசைக்காமல்
வான் மிதக்கும் தருணம்
நான் அதன் கால்களைப் போல்
ஒடுங்கி நகர்ந்தேன்
இனி காற்றின் முதுகில்
டாட்டூ வரையும்
பாரம் குறைந்த விரல்களின் நடனத்தை
உதிரும் மணற்துகள்கள் பேசக் கூடும்

தன் ஊரை அடைந்த பிறகும்
நான்கு தெரு சுற்றி தன் வீட்டை
அடையும் ஒருவனை
இந்த நாள் பிறப்பித்தது
அவன் தலையில் உதிர்ந்திருக்கும்
பூவைக் குறித்து அவனது
மகளின் கேள்விக்கு அவனொரு
தேவதைக்கதை சொல்லத் துவங்கினான்

68

ஜெபமாலையாகும் கடிகாரத்தின் எண்கள்

தாய்ப்பன்றி தன் காம்புகளில்
உணரும் அத்தனை உதடுகளுக்கும்
அதன் கண்களில் நிகழும்
மென் சலனம்
ஆர்த்த
உளம்தொற்றிப் பருகும்
ஞாபகங்களுக்கு உயிர் அதிர்தல்

விருந்தினன் விடைபெற்ற
பிறகான தனிமையில்
அவன் அலைபேசியின்
அழைப்புஒலிப் பாடலை
முணுமுணுக்கிற உதடுகளில்
கருவேல வேர்கள்
பாய்ந்திருக்கின்றன

ஒரு நெடுநாள் சூதாடி
எண்களைக் கடவுளென நம்புவதாய்
ஒருவன் கடிகாரத்தின் எண்களை
ஜெபமாலையாய் உருட்டி தியானிக்கும் போது

பிசாசுகள் அவனை தத்தெடுத்துக் கொள்கிறார்கள்
நட்சத்திரங்களின் பிரகாசம்
நீரில் இரவு ஏறஏற அடர்கிறது
சூரியகாந்தித் தோட்டத்தில்
வெயில் புகுதல் என்றும்
சொல்லலாம் முறையே உன்னைப் பார்க்கக்
கனிந்த கணத்தையும்
உன் கண்களில் துவங்கிப் பரவிய
புன்னகையையும்

காயமுற்ற கால்களுடன்
துருவத்தரையில் ஓடும்
குதிரையின் சிவந்த குளம்படி
மெல்லப் பரவுவதாய் வேட்கை
செல் தோறும் விளக்கேற்றியது

எந்தத் துடிப்பு ஆம் எந்தத்
துடிப்பு இல்லை
உயிர்தெழும் எத்தனத்தில்

சிலுவையை
பெருக்கல் குறியாக்குகிறது
தன் திசையை மாற்றும்
கடற்பறவை

69

இருவாட்சியின் தொண்டைக்குழி

கோதும் காற்றின் ஈர அலகு
சாணைக்கல்லின் தீப்பொறிகள்
விதைத்துப் போகிறது

யானைச் சாணத்தில்
வண்டுகள் தேடுகிற கீரிகள்
அலையும் பாதையில்
கண்டெடுத்த குறுநறுங்கண்ணி
விதைகள் உன் கண்கள்
அங்கிருந்து சுமந்து வந்திருக்கக்கூடும்

வண்ணத்துப் பூச்சிகளுக்கு
உப்பு போதாதபோது முதலைகளை மொய்க்கும்

பேச்சினூடே முத்தமிடும்
நட்சத்திரங்கள் அணைந்து
எரிகின்றன

ஒவ்வொரு ஆசைப்பிரார்த்தனைக்கும்
ஒரு புதிய தொட்டில் என்பதெல்லாம்

சரிதான் ஒவ்வொரு முறையும் ஒரு புதிய
ஆணி புதிய தழும்பில்லையா

வேரடி மண்ணை அறுத்துப்போன
வெள்ளம் வடிந்து விட்டது
காற்றில் என்ன சத்தியம் செய்கின்றன வேர்கள்
நதியை சாட்சியம் வைத்து

பொத்தான்கள் பொறுக்கும்
முன் வந்துவிடும் யாரோவின் கண்கள்
துளைகளை சந்தேகிக்கும் சீஷருடையதாய்
அமைந்து விடுவது ஒவ்வொருமுறையும்
எவ்வளவு தற்செயல்

ஒரு இருவாட்சியின்
தொண்டைக்குழி உன்
காதல்
அதில்தான் என் வனம் உயிர்த்திருக்கிறது

நியாயாதிபதிகளின்
கள்ளத்தராசு இவ்வாழ்வு
நீ எவ்வளவு நிறுத்தாலும்
எடைக்குறைவு
மீண்டும் பெய்!

70

இரு முனைகள்

முதலில் குதத்தில் போதுமான அளவு
பஞ்சை திணித்துக் கொள்வது
பிறகான அசூயைகளைத் தவிர்க்கக்கூடும்

உப்பு நல்ல மின்கடத்தி
உப்பில் நனைந்த ஆடைகள்
நல்ல தேர்வு

உடலை மழித்தபடியே
மின்கம்பங்களின் அக்குளில்
மழையில் நனையும்
கூடுகள் குறித்து நீ எழுதிய
கவிதையை உரக்க முணுமுணுத்து
கொஞ்சம் புன்னகைப்பது முகத் தசைகளை
தளர்த்தி இலகுவாக்கும்

நம் உடலை நல்ல மின்கடத்தியாக
மாற்றிக் கொள்ள இந்த எளிய
முன்னேற்பாடுகள் அவசியமானவை

140 டிகிரி வெப்பத்தில்
உடலின் செல்கள் நம்மை
பேயாக்கும் பொழுது
நரம்புகள் உதிரம் பாய்ந்து
வெடிக்கக் கூடும்

அவன் தூரத்திலிருந்தும்
அருகிலிருந்தும் சுடப்பட்டான்
என்ற வாக்கியம் ஏன் நினைவுக்கு
வருகிறது

இருமுனைகளுக்கு இடையே
நம் உடல் ஒரு எரிபொருளாகும்
போது ஒளிர்வது எது

ஒரு தேசத்தின் சட்டப்புத்தகம்
நல்ல க்ரைம் நாவல்கள்
எழுதும் கையேடாய் மாறிப்போனபின் யாரைக் கேட்பது
நாம்

நல்லது நம் உடல்
சூரியனை முத்தமிடும்
நாளுக்காகக் காத்திருந்தோம்
காலம் கனிந்து வந்திருக்கிறது

இப்போதும்
ஒரு சிறிய துரதிர்ஷ்டம்
நாமிருக்க மாட்டோம்

71

நேய நாயகி

உடல்களை தின்பது குறித்த
கரையான்களுடனான உரையாடலின் போது
யட்சி வந்தாள்
முனீஸ்வரனுக்கு படைத்த சாராயப்
புட்டியைத் திருடிக் கொண்டு
கைமாற்றிய மிடறில் துருவாசனை அடித்தது
இறந்த குழந்தை வளர்ந்தபடி இருக்கும்
கனவுடையவளின் கூடலை ஆசிர்வதித்தாள்
பெருவியாதிக்காரனின் மரணத் திகதியை
தாயம் ஆறுக்கு மாற்றி வைத்தாள்
ஆட்டத்துக்கு நடுவே
பின் இருவரும் சன்னாசி அப்பன் திடலுக்குச் சென்று
தலைச்சன்பிள்ளை தலைமழிக்கும் விருந்தில்
கிடாரத்தம் குடித்துக்கொண்டிருந்தவனிடம்
சுருட்டுவாங்கி வலித்தோம்
சித்தன் ஆடைகளைப் பிழிந்து தோள்மீது
போட்டுக் கொண்டு ஓட்டை மடையில்
குடலை சைக்கிள் டியுபில்

பஞ்சர் பார்ப்பது போல் கழுவிக்கொண்டிருந்தான்
யட்சி தொடையில் கிள்ளி கண்ணடித்து இரண்டையும்
இடம்மாற்றினாள்
அடியே கருவாச்சி வந்துட்டியா
எங்க மூக்குச்சில்லு ஓடயாத பயலோட
என்றான் சித்தன் திரும்பாமலே
கரட்டுப் பக்கம் முனியாட்டம் பார்க்கலாமுன்னுதென்
என்றாள் தோளோடு அணைத்தபடி
சன்னாசியும் அய்யனும் குருத பூட்டுர
சாமமாச்சுது பொழுதோட போ தாயி என்றான்
மூன்றாம் சாமமிருக்கும் படுக்கையில்
புரண்ட போது சலங்கையொலிக்க குதிரைக் குளம்படி
பெரும் செருமலுடன் கடந்தது
பானக வாசத்தில் ப்ரம்ம வேளையில் விழித்த பொது
கழுத்தில் யட்சியின் கருகமணி
தங்கை பூட்டின வீட்டிற்குள்
எப்படி நுழைகிறேனென்ற ஆதிக்கேள்வியை இன்றும்
துவங்கிய போது மஞ்சள்குளித்த பிள்ளைக்கனவுக்காரி
வாசல் கடந்தாள்
சுழித்த புன்னகையுடன்

72

லகு

இந்த நீலச் சிமிழ்
நிறம் மாறிக் கொண்டிருக்கிறது
இரவின் வருகைப்பதிவேட்டில்
இன்னும் நட்சத்திரங்கள் கையொப்பமிடவில்லை
நதியை அருவியாய் மாற்றிய
ரசவாதம் நிகழ்ந்த இந்தப் பகலில்
பொரித்த குஞ்சுகளோடு கூட்டில்
யாருக்கோ காத்திருக்கிறது தாய்ப்பறவை
குயவன் பாண்டத்தை சக்கரத்திலிருந்து பிரிக்கும் லகு
கைவரப் பெற்றிருக்கிறாய்
உனக்கான சொற்களை
என்னிலிருந்து
தென்னி எடுப்பதில்
பாம்புத் தொலியின் மங்கிய நிறமாய்
சாரமற்றுப் போயிருந்த கனவுகளில்
பின் சாமத்துத் தூறல்
சப்தமென பதிவாகிறது
உன் அணுக்கம்
துவளத்துவள நனைகிற
மழையில் மொட்டுகளையும் உதிர்க்கிறது
மலர்த்தாவரப் பூங்கா
பெத்தம்பெரிய சூரியன்
மழை முடிந்த பூமியை
மீனங்காடியில் வசிக்கும் ஞாயிற்றுக்கிழமைப் பூனையின்
கண்களுடன் பருகத் துவங்குகிறான்

73

நீருயிர்களின் சூத்திரம்

கர்ப்ப காலத்தைவிட பெரிய தனிமை இல்லை
உறக்கம் எவ்வளவு நீண்ட ஒத்திகை
எனத் தோன்றும் உனக்கு ஏன் இருப்பும்
அவ்விதமே எனக் கூடாதிருக்கிறது
கருணையின் திசுக்கள் உபரித்தசைகளால்
செய்யப்பட்டவை
அவை
சொந்தத் துயரை முதலில் வருடிப்பார்த்துக் கொள்ளும்

பிறந்த கன்றின் மீதிருக்கும்
பனிக்குடத்து நீரை நக்கும் நாவும்
தன் சீழை முகர்ந்து தன் புண்ணை
தானே ஆற்றும் நாயின் நாவும் ஒன்றல்ல

மூச்சே ஒளியான கோள்களால்தான்
இயங்குகிறது இப்பிரபஞ்சம்
சுயமிகளே
ஊற்றுக்கண்களை பூமிக்குப் பொதுவாக்கினார்கள்

தக்கையை அசைக்காமல்
புழுவை மட்டும் தின்று விட்டு
செல்லும் மீன்தான்
பிரசவித்ததும் தன் குஞ்சுகளையும்
தின்றது

பாம்புக் குட்டிகள் குறித்து நீ
அறிந்ததுதான்

தேவையெனில் கடல்
தன்னை விரித்துக்கொள்கிறது

உடல்களுக்கு கரையான்களை
ஏவும் பூமி
மழைக்கு புற்களின் வேர்ப்பின்னலை
அடைகாப்பதும் விதைகள்
பல்லாயிரம் கோடைக்கும்
மட்காமலிருப்பதும் குறித்துப் பேச
மடிகளுக்கேங்கும் மயக்கம் உதவாது

மின்னல்களை எப்படி
உப்பு நீருயிரிகள் எதிர்கொள்கின்றன
என்பதில் உள்ள புதிர்தான்
இக்கணத்திற்கான இருத்தலின்
சூத்திரம்
பிறிதொன்றுமில்லை

74

புத்துயிர்

ஒளி தத்தித்தத்தி வந்து
கடலின் இக்கரையில்
விடிகிறது
ஒரு சிணுங்கல்
ஒலி முளைத்து
காற்றில் கால்களால் துடுப்பிடும்போது
கோள்கள் இடம்பெயரும்
சமிக்ஞைகள்

வானத்தின் தோலுக்கு வார்பிடிக்கின்ற
கவைகள் இப்பறவைகளின்
அலகுகள்
மாரி இலட்சம் ஊசிகளால் நெய்யும்
ஆடை உனக்கான நாட்களின் பச்சையம்

சீம்பால் வாசம் பரப்பும்
மெல்லுதடுகள்
அறுக்கப்பட்ட மரத்தின்
ஆண்டுவளையத்திலிருந்து
அடம்பிடித்துத் துளிர்க்கும் தளிர்
உலகின் மீப்பெரும் இசைஞனின்
இசைக்கோலுக்கு தம்மை ஒப்புக்கொடுக்கும் நரம்புகள்
எந்த விதத்தில் மாற்றுக்குறைவு
உன் ஜெல்லி விரல்களின் கோலத்திற்கு
சிலிர்க்கும் காற்று

75

பெருங்கருணை

அதற்குமேல் ஒன்றும் இல்லை
என்கிறவர்களுக்குத் தெரியாது
ஈமத்தின் கடைசிக் கங்குவரை
காத்திருப்பவன் எத்தனைமுறை
ஆகாசம் பார்க்கிறான் என்பது

76

கார்காலம்

கார்த்திகை நாளில் நகரத்தின் மேல் பறக்கும்
பறவையின் கண்
வீதியெங்கும் ஒளிரும்

77

அப்பா

இவ்வளவுக்கும் பிறகு
இப்பொழுது நம் கடலில்
சாரம் குறைந்திருக்கிறதா
கூடி இருக்கிறதா
பரிசோதித்த கோவில் யானையின் பிரேத வயிற்றில்
எடுத்த பாலித்தீன் சுருளை
ஒத்து மினுங்கும் எம் நகர் வீதி வெறித்தபடி நடுக்கம்
மீதமுள்ள
கரம் பொதியக் கேட்டான் லிபி
இருதய அறுவை சிகிச்சைக்கு
நரம்பெடுத்த தடமாய்
சுவர்களெங்கும் நீர் வடிந்த
ரேகைகள்
சின்னவன் தூசு அப்பிய இடம்
கண்டு தன் ஆசிரியையின்
கையெழுத்தென்றான்
ஆமென்
நதியின் விடாய்பஞ்சாய்
கனத்துக் கிடக்கின்றன
நூலகங்கள்

கருவழி திறக்காமல் மூச்சுத் திணற சுழன்ற சிசு
வெளியேறிக் கிடக்கிறது
மெல்லிய முனகல்களோடு
வீதியெங்கும் முலைமுளைத்த தகப்பன்மார்
ஈராயிரம் கரங்கள் கிளைத்த
தாய்மார்கள்
நட்சத்திர இமைகளை கவிழ்த்த
படகுகளில் துடுப்பசைத்த இரவல்சாமிகள்
செவிலித்தனமே இவ்வூழி காத்த செதிள்
மகனே கடல்
இன்னும் கொஞ்சம் நீலம்
கூடி இருக்கிறது
மண்ணில் இன்னும் கொஞ்சம்
சாரம் ஊறி இருக்கிறது

edited version of 'fishing for knowledge' by angelkat

கலப்பு–சமிக்ஞைகள் உதித்தெழும் கவிதைகளின் சர்க்யூட்

பாம்பாட்டி சித்தன்

ஒரு மனிதன் ரில்கே (Rilke) **அல்லது கோதே** (Goethe) **யை மாலையில் வாசிக்க இயலும், அவனால் பாக்** (Bach) **மற்றும் சூபர்ட்** (Schubert) **ன் இசையை இயக்கவும், மற்றும் காலையில் *ஆஷ்விட்ஸ்** (Auschwitz)**ல் அவனுடைய அன்றாட வேலைக்குச் செல்கிறான், என்பதை நாமறிவோம்.**

– ஜார்ஜ் ஸ்டைனர்

*ஆஷ்விட்ஸ் - வதை முகாம்

“ஆதிக்கம் செலுத்துதல்” என்பது வெறும் மிருகங்களின் குணமாக மட்டும் நம்மிடம் எஞ்சாமல், நாம் என்னவோ அதனின்று நமது எல்லைகளை மேலும், மேலும் விரிவாக்கியபடியே இருக்கிறோம். ஆனால், இயற்கையோ நம்மிடம் / நம்மை மாற்றத்திற்குற்படுவதாக இருக்கிறது, என்னதான் முயன்றாலும் புதிய கருவிகளைக் கொண்டுவந்து சேர்த்தவாறு, (எடுத்துக்காட்டாக) எலக்ட்ரான் மைக்ராஸ்கோப், ஜீன்களின் வரைபடம், இலக்கியம் இன்னபிற. இவைகளோடு நாம் கட் புலனாகாத, எந்த எல்லைகளுமற்ற இயற்கையின்

ரகசியங்கள், மனித மனம் / ஆன்மா ஆகியன குறித்த ஆராய்ச்சியை அல்ல... விசாரணையைத் தொடங்குகிறோம்.

சூசன் சோன்டாக் (Susan Sontag) கூறியது போல "நவீன கலை என்பது ஐயமின்றி தகவல்களின் முறைமை மற்றும் மதிப்பீடு ஆகியவற்றை விட வாழ்வின் நீட்சி. ஆகையால் தொழில்நுட்பம் மற்றும் அறிவியல் போன்றே அதே இயக்க மாற்றத்திற்கு உட்பட்டது. எனவே, அதுகுறித்து வாதிட மிகக் குறைந்த அளவே இருக்கிறது."

நாமோ கலை - அறிவியல் இவை இரண்டிற்குமான உறவில் ஒரு 'பொதுமொழி' இன்மையால் பாதிக்கப் பட்டிருக்கிறோம். இலக்கியத்தை எந்த ஒரு கலைவடிவத்தை விடவும் அறிவியலுக்கு அணுக்கமானதாக கருத நிறைய வாய்ப்புகள் இருக்கின்றன. அறிவியல் தனது கண்டுபிடிப்பு களை, கருத்துகளை முறைப்படுத்திக் கூற வார்த்தைகளையே பயன்படுத்துகின்றது. தாங்கள் அறிய நேர்ந்ததை மிகச் சரியாகக் கூற அறிவியலாளர்கள் தனிவகையான சொற்களஞ்சியத்தைப் பயன்படுத்துகின்றனர். இத்தகு சொற்சேர்க்கைகளை, வாக்கிய அமைப்புகளை உருவாக்குவதில் இயற்பியலாளர்களும், கணிதவியலாளர்களும் சாதித்திருக்கிறார்கள். படைப்பாளி களும் இதே கருவிகளைத்தான் பயன்படுத்துகின்றனர். ஆனால் அவர்கள் நகரும் திசை எதிரானது. "கவிதையும் அறிவியலும் வார்த்தைகளைப் பகிர்ந்து கொள்ளுவதில்லை. மாறாக அவை 'ஒளிமுனைவு' அடைகின்றன" என்பார் மிராஸ்லாவ் ஹோலுப் (Miraslov Holub).

ஒரு கவிஞன் தனது கவிதையில் பயன்படுத்தும் அறிவியல் சொற்கள் மற்றும் அறிவியல் சொல்லகராதி ஆகியவை விளைவிக்கும் படைப்பு/ கவிதை அறிவியலுக்கும் அதன் மெய்ப் பொருளுக்கும் (உயிர்த்துடிப்புக்கும்) மிக நெருக்கமானதாகி விடுகிறது, விஞ்ஞானியாக அக்கவிஞன் இல்லாமலிருப்பினும் கூட.

தமிழின் எதிர்கவிதையியக்கத்தில் நேசமித்ரனின் கவிதைகள் முக்கியத்துவம் வாய்ந்தவை. இங்கு த்தயூஸ்ரோஸேவிட்ச்-ன் (Tadeusz Różewicz) கூற்றை முன்வைப்பது அவசியம்.

"ஒரு கவிஞனுக்கும் அவனது கவிதைக்கும் இடையிலான உறவில் மிகச்

சிறந்த துரிதமான இடையீட்டுப் பரிந்துரையாக உருவகத்தின் வேலை சிக்கலானது. நிஜத்தில் ஒரு கவிஞன் படிமங்களை தன் கவிதைகளுக்கு விளக்கம் தரவே பயன்படுத்துகிறான். எனவே படிமம் என்பது ஒரு சுற்றுவழி, உணர்வின் பிரதேசங்களில் நிகழ்ச்சிகள் நேரடியாகத் தங்களை வெளிப்பாடு செய்துகொள்ளக் காத்திருக்கும் இடம்; அங்கே இரட்டை அர்த் தங்களற்ற முற்று முழுமையில் திடீரென்று தோன்றி வாசகனை சந்திக்கக் காத்திருக்கின்றன. ஆக, படிமமும் உருவகமும் நிஜ மான அர்த்தத்தை வாசகன் எதிர்கொள்ள துரிதப்படுத்துவதற்கு பதிலாக தாமதப்படுத்தவே செய்கின்றன.

மீதமாய் இருக்கும்
திருமண ஆல்பத்தில் இருந்து
தகப்பன் சாவுக்கு
புகைப்படம் கத்தரிக்க
கேட்டு வருகிறவனின் முகம்
என் கருவறை மின்னுரு
சித்திரத்தை ஒத்திருக்கிறது அயோனீஸ்வரி
(நேசமித்ரன்)

ஆனாலும், நேசமித்ரன் படிமங்களை பயன்படுத்தவே செய்கிறார். படிமங்களையும், உருவகங்களையும் வித்தியாசப் படுத்தாமல் விடுவதன் மூலமாக இப்பிரச்சனையை அவர் எளிதாக கையாளுகிறார். செயல் பங்கேற்கும் உருவகங்கள், அலங்கார உருவகங்கள் இவற்றிற்கு இடையிலான வேறு பாட்டை அவர் தீர்மானிப்பது இல்லை என்பதை அவரின் கவிதைகள் அறியத்தருகின்றன.

சமயங்களில் மதிப்பீடுகளை உரசிப் பார்ப்பதற்காக கலாச்சார நிகழ்வுகளையோ, விஷயங்களையோ தேர்ந்தெடுக்கிறார். கவிதையில் உன்னதமான விஷயங்களைத்தான் பேசுவேன் என்ற எந்த பிடிவாதமும் இல்லை. வன்புணர்ச்சிக்கு இலக்காகி மனம்பிறழ்ந்தவளைப் பற்றியும் அதே நேரத்தில் சர்க்கஸ் பார்க்கும் சிறுமியைப் பற்றியும் பிரக்ஞை கொண்டிருக்கிறார்.

நஞ்சுமுறிவுக்கு புகட்டப்படும்
நாயின் எச்சக் கரைசலைக் காட்டிலும்

கொடிய தண்டனை கருவுறாமையை
நிறுவ உடல் திறப்பது
(நேசமித்ரன்)

அவரின் கவிதைகளில் தொடர்ச்சியாக நெய்தல் நிலமும் அதன்பாற்பட்ட கடலும், விலங்குகளும் இடம்பெறுவதைக் காணமுடியும். இதை ஒரு மாபெரும் கனவின் அங்கமாக, சூழல் விழிப்புணர்விற்கான தருணமாக நாம் அர்த்தப்படுத்திக் கொள்ள வியலும் அல்லது அவரின் வார்த்தைகளில் சொல்வதாக இருந்தால் "ஒரு மாபெரும் படிமம்."

தவிரவும் சில வார்த்தைகளும், படிமங்களும் கவிஞனின் ஆழ்மனதில் தங்கியவை. எனவே அவை இருளின் சுழல்வட்டப் பாதையாகி கவிஞனை தன்னுள் இழுத்துக்கொள்பவை. அது இந்தத் தொகுப்பிலும் நேர்ந்துள்ளது. இதை நேசமித்ரன் தவிர்ப்பது நலம்.
பால்யத்தில் நாம் அனுபவித்த ஆனால் தற்போது இழந்துவிட்ட பல விஷயங்களை குறித்த நினைவுத்துயரம் இருப்பினும், அதை தற்போதைய தமிழ்க் கவிதைப் பரப்பின் 'கவிமுதாதை' என காட்டிக் கொள்வோர் எழுதிய கவிதைகளைப் போல அவல உணர்ச்சி காட்டி, வார்த்தைகளில் பசப்பி, கண்ணீரால் வாசகனை கழுவி மன்றாடி, "இதுதான் கவிதை, இதுதான் கவிதை" என்கிறவர்களின் அறைகூவலை நிராகரித்து வார்த்தைகளில் உணர்ச்சிமயமாவதை அறவே தவிர்க்கிறார் நேசமித்ரன். அதுவே, அவரது கவிதைக்கான இயங்குதளமும், அங்கீகாரமும்.

தகவல் தொழில்நுட்பமும், அறிவியலும் நம்மை முழுமை யாக ஆட்கொண்டிருக்கும் இவ்வேளையில் தொழில்நுட்பம் சார்ந்த வார்த்தை பிரயோகங்களை, அறிவியல் தொடர்பான வாசகங்களை கவிதையில் பயன்படுத்துகிறார். கவிதையில் அதைக் கொண்டாடும் நோக்கமாக இல்லை. மாறாக ஒரு நவீன பிரக்ஞையில் இவை எத்தகைய பாதிப்புகளை அன்றாட வாழ் வில் ஏற்படுத்துகின்றன என்பதை காட்டுவதற்கு.

ஒரு பாலூட்டியின் டிஎன்.ஏவுக்கு
சமமாய் தகவல் கர்ப்பந்தரிக்கும்
கணினியின் தாய்பலகை
ஒரு திமிங்கலத்தின் மரபணு

பொதிந்திருக்கும் ஞாபகத்தை
எழுதிப் பார்க்க விழைகிறது
இவ்விரவு

நேசனின் கவிதையில் கலந்திருக்கும் மற்ற இரு அம்சங்கள் இசை மற்றும் ஓவியம். ஒரு ஓவியமானது புலன்களாலும், மனதாலும் உணர்ந்து உள்வாங்கப்படுகிறது. அது வர்ணம், படிவம் மற்றும் மூலப்பொருட்களின் ஒன்றிணைவு. அதேவேளையில் அது நிறமிகள், பிணைக்கும் வஸ்துக்களால் ஆன ஒரு முப்பரிமாண காட்சிப் பொருள். இத்தகு ஓவியங்கள் 'நுண்கலை' (Micro Art) என அரிசி, தானியங்களில் வரையப்பட்ட காலம் போய், தற்போது கண்ணாடி வட்டில்களில் அகார் ஜெல்லி கேன்வாஸில் (Agar Jelly Canvas) உயிருள்ள பாக்டீரியா, ஈஸ்ட் ஆகியவற்றின் உயிர்க் குழுக்களை வளரச் செய்து அதை ஓவியங்களாக்குகிறார்கள். 'நுண்ணுயிரிகளின் கலை' (Agar Jelly Canvas) எனப்படும் அத்தகு விநோத ஓவியங்களை ஒத்தது நேசமித்ரன் தனது கவிதையில் காட்டும் சித்திரங்கள்.

1) நட்சத்திரங்களின் நேர்கோட்டுச்
சித்திரம் வசமாகும்போது
பூக்கும் குறிஞ்சித் தாவரம்
தன் இலைகளில் எழுதிக்கொள்ளும்.

2) பந்தயச் சேவலின்
கால்கத்தி
காற்றில் கீறும் ஓவியம்
அந்தக் குரல்.

இயற்பியலில் 'சைமாடிக்ஸ்' (Cymatics) என்று ஒரு பிரிவு உண்டு. இதில் அதிர்வும், அலைநீளமும் மாறும்போது ஒலி அலைகள் எவ்வாறு செயல்படுகின்றன. மேலும் அவைகளின் செவ்விசைவை (அல்லது) ஒத்திசைவை காட்சிப்படுத்துவது என Youtubeல் காணக்கிடைக்கும் நைஜல் ஸ்டான்போர்டின் (Nigel Stanford) CYMATICS- குறித்த video கலையின் இன்னொரு பரிமாணம். நேசனின் கவிதைகளில் தென்படும் இசை குறிப்புகள் இத்தகையவை.

(<https://www.youtube.com/watch?v=Q3oItpVa9fs>)

ஓர் இசை வகுப்பின் தாள்கள்
இடைவேளையில் மென்காற்றுக்கு அசைவதாய்
கிளைப்பறவைகள்
பனிநிலத்தின் இசைக் குறிப்புகளாகின்றன

நேசமித்ரனின் கவிதைகளை வாசித்து முடிக்கையில் “Fear the poems that are penetrated with Silence” என்ற மேற்கோள் தவிர்க்க வியலாமல் நினைவுக்கு வருகிறது. அது இக்கவிதைகளில் நிலவும் 'அமைதி'யினால் அல்ல. மாறாக, கவிதையின் விரிவடையும் புதிய தளங்களை புரிந்துகொள்ளாமலிருக்கும் சூழலின் ‘மௌனத்தால்.’

இதையும் மீறி, நேசமித்ரன் தான் படைக்கும் ‘புதிர்மை’ வாய்ந்த உலகை தனது கவிதைகளில் தொடர பிரார்த்திக்கிறேன்.

அரிய கோணங்களைக் காட்சிப்படுத்துதல்

ரிஷி (லதா ராமகிருஷ்ணன்)

நவீன தமிழ்க் கவிதைகளின் குறிப்பிடத்தக்க இரண்டு அம்சங்கள் - தலைப்பில்லாமல் இருப்பது; அல்லது தலைப்பே கவிதையின் மையமாக, நீட்சியாக, திறவுகோலாக என திகழ்வது. இவற்றைப் பொதுவான கவிதைக்குரிய பொதுவான அம்சங்களாகவும் குறிப்பிட வழியுண்டு. இந்தத் தொகுப்பின் தலைப்பு, இதில் இடம்பெறும் கவிதைகளின் தன்மையையும், தொனியையும் அவற்றிலிருந்து கிடைக்கக்கூடிய வாசகப் பிரதிகளின் வகைமைகளையும் குறிப்புணர்த்தி விடுகிறது. ஜெல்லி மீன்கள் கரையொதுங்கும் கடல். தொகுப்பின் தலைப்பே வழக்கமாக ஜெல்லி மீன்கள் கரையொதுங் காதவை என்று குறிப்புணர்த்திவிடுவதாகக் கொள்ள லாமா? அப்படி ஒதுங்காதவை என்றால் 'ஏன்' (ஒதுங்கும் என்றாலும் 'ஏன்?') என்ற கேள்விக்கு அரைகுறையாக வேனும் நாம் பதிலளிக்க நமக்கு கடலைப் பற்றியும், அதன் கரையைப் பற்றியும், ஜெல்லி மீன்களைப் பற்றியும் கணிசமாகவே தெரிந்திருக்கவேண்டும் என்று தோன்றுகிறது.

இதையே வேறுவிதமாகச் சொல்வதென்றால் நேசமித்ரனின் கவிதைகளில் பலவற்றில் வாழ்க்கையின் big picture கொலாஜ் வடிவில் காட்சியளிக்கிறது. இது ஒரு தரிசனம் போன்றது. ஒரு அமர்வில் உள்வாங்கிக் கொண்டுவிட இயலாது. கவிஞர் வெகு இயல்பாய்ப் பயன்படுத்தும் வார்த்தைகளும், வார்த்தைச்

சேர்க்கைகளும் அவருடைய மொழிஅறிவையும், கவித்துவத்தையும் புலப்படுத்திவிடுகின்றன. வார்த்தைகள் மிக மிகத் துல்லியமான கூர்மையோடு கவிதைகளில் செயல் படுகின்றன. 'பேறுமனைச் செவிலியின் புன்னகைமுன்' போன்ற வரிகளின் தமிழ் வளமும் செறிவும் கவிஞரின் மொழி யாளுமைக்கு சாட்சியம் பகர்பவை.

நேசமித்ரன் கவிதைகள் வெறுமனே படித்துப் புரிந்து கொள்வதற்கானவையல்ல. அனுபவமாய் உணரத்தக்கவை; உள் வாங்கவேண்டியவை. புரியும் பொருளும் அது புரியவைக்கப் படும் துல்லியக் கூர்மையும் – யாவும் அனுபவமாகி அதிர்வு உண்டாக்குகின்றன வாசக மனதில். ஒரு தீவிர மனநிலை, உச்ச மனநிலையே நேசமித்ரனின் கவிதை வெளியெங்கும் வியாபித் திருப்பதைப் படிக்கும் போக்கில் நன்றாகவே உணர முடிகிறது.

எப்போதும்போல் தவறவிட்ட
ஊர்தியின் பயணச்சீட்டை
வெறிக்க நேர்கிறது
(அவர் பெயரில் 150 இலைகள்)

ஆயிரம் இலைச்சிறகிருந்தும்
விழுதிறக்கிய மரம்

போன்ற வரிகள் அவற்றின் அளவிலேயே வாசக அனுபவமாகி பரிவதிர்வுகளை ஏற்படுத்துபவை. ஒரு கவிதையின் தொடர் வரிகளாக ஆழ்ந்த குறியீடுகளாகி நிற்பவை. ஆயிரம் இலைச் சிறகிருந்தும் விழுதிறக்கிய மரம் வெறும் மரம்தான் என்று எப்படிச் சொல்லமுடியும்?

'இரண்டு சொற்களின் கதை' என்ற தலைப்பிட்ட கவிதையில் தற்செயலாய், தற்காலிகமாய் என்ற இரு சொற்களைக் கொண்டு நேசமித்ரன் தீட்டியிருக்கும் யதார்த்த வாழ்க்கையின் சித்தரிப்பு அவருடைய சமூகப்பிரக்ஞையை, சக மனித நேயத்தை அவற்றை கவிதையில் ஆரவாரமில்லாமல் எனில் அழுத்தமாக வெளிப்படுத்தும் அவருடைய கவித்துவத்தை அடிக்கோடிட்டுக் காட்டுகிறது.

காலாவதியான லாட்டரிச் சீட்டுகளை
சேகரிக்கும் மனம் பிறழ்ந்த பெண்

ஒலிவாங்கியின் முன்நின்று
புகைத்துக்கொண்டிருக்கிறான்
ஊமை பார் ஊழியன்
தன் பாடலை
(மேகங்களை எண்ணும் பெண்)

என பல வரிகளை உதாரணங் காட்டலாம்.

மார்பகப் புற்றுநோய்க்கெதிராய்ப் போராடும் ஒவ்வொரு தாய்க்கும் சகோதரிக்கும் சமர்ப்பணம் செய்து அவர் எழுதியுள்ள கவிதையில் மார்பகத்தைக் குறிக்கும் எந்தச் சொல்லும் இடம் பெறவில்லை! கவிதையின் இறுதியில் இடம்பெறும் சமர்ப்பண வரிகளைப் படிக்காததற்கு முன்பே அந்தக் கவிதையின் வரிகள் நமக்குள் ஒரு வலியை அழுத்தத்தை ஏற்படுத்திவிடுகின்றன. இது சக மனிதவலியை, துயரை, தன் சொந்த வலியாக கவிஞர் உணர்ந்து எழுதும்போதுதான் இத்தகைய ஆழமான கவிதைகள் சாத்தியமாகும். எல்லா நேரமும் ஒரு கவிஞர் சமூக அவலங் களையும், சகமனிதத் துயரங்களையும் சிந்தித்து வேதனைப் பட்டுக் கொண்டேயிருப்பார், இருக்கவேண்டும் என்று எதிர் பார்ப்பது சரியல்ல. ஆனால், ஒரு கவிமனம் அத்தகைய வலி களை எழுதும்போது அவற்றைத் தன்னுடையவையாகவே உணர்ந்து உள்வாங்கி எழுதவேண்டும். மேம்போக்காக, வெறும் பிரசங்கமாக, பிரகடனமாக எழுதிவிடலாகாது. அப்படி எழுதினால் அது கவிதையாகாது.

அதே கவிதையில் - மீதமிருக்கிறது சில பிறைகளுக்கான தவணை - கீழ்க்கண்டவரிகள் இடம்பெறுகின்றன:

அவர்கள் சொல்வது போல
'காலம் ஒரு சௌகர்யமான பொய்யல்ல
கைமறதியாய் வைத்த சாவி
தளர்ந்து நகர்கிறது நொடிமுள்'

இந்த வரிகளில் நிறுத்தற்குறிகள் இல்லை. (இந்தத் தொகுப்பில் இடம்பெறும் எந்தக் கவிதைக்கும் இல்லை என்றுநினைக்கிறேன்.) ஒரு வரி தூலமாக முடியும்போது அது சூக்குமமாகவும் முடிந்துவிடுகிறது என்று சொல்ல முடிவதில்லை. 'அவர்கள் சொல்வதுபோல காலம் ஒரு சௌகர்யமான பொய்யல்ல' என்பதோடு முடிந்துவிடலாம், அல்லது, காலம் ஒரு சௌகர்யமான

பொய்யல்ல, கைமறதியாய் வைத்த சாவி தளர்ந்து நகர்கிறது நொடிமுள் என்று மேலும் தொடரலாம். இந்த 'திறந்த முனை அர்த்த சாத்தியப்பாடுகள்' நேசமித்ரன் கவிதை வெளியெங்கும் நமக்குக் கிடைக்கின்றன.

'உண்மையில் யாரும் யாரையும்
நிரப்ப முடிவதேயில்லை'

என்று நகரும் கவிதை

(ஒளிப்பதியம்)

ஒரு தானியத்தை இன்னொரு தானியமும்
ஓர் இறுதிச்சொல்லை இன்னொரு சொல்லும்
நிரப்பும் யதேச்சையின் கணத்திற்காகத்தான்
இறைச்சிக்கடையின் கூண்டுக்குள்
தற்செயலாய் முட்டையிட்டிருக்கும்
அந்த வளர்ப்புப் பறவையும்
யாசித்திருக்கிறது

என்று முடியும்போது கவிமனதைப் போலவே நமக்குள்ளும் ஒரு நம்பிக்கையையும் கையறு நிலையையும் உணர முடிகிறது.

நேசமித்ரனின் கவிதைகளில் வாழ்வியல் சார் உணர்வு ரீதியான காட்சிப்படுத்தல்களும் வாழ்க்கையினுடைய அரிய கோணங்களின் காட்சிப்படுத்தல்களும் நமக்கு நோயும் மருந்துமாகின்றன என்று சொன்னால் மிகையாகாது. வெறும் காட்சிரூபமாகவே சில நுட்பமான உணர்வுகளையும் நமக்குள் கடத்திவிட முடிகிறது கவிஞரால். அதேபோல், முழுக்க முழுக்க உணர்வுரூபமாக வாழ்வின் அரிய காட்சிகளையும் அவரால் சித்தரிக்க முடிகிறது. தொடர்ச்சியான உச்ச மனநிலை சஞ்சாரமே, தீவிர மனநிலை அணுகலே இதை சாத்தியமாக்கும் என்று தோன்றுகிறது. கவிஞரின் வரிகளில் அங்கதச் சுவை இடம்பெற்றிருப்பதாகத் தெரியவில்லை.

தனதன்பை பகடி செய்தவர்களிடம்
தரவும் புத்தனிடம்
ஒரு புன்னகையே இருந்தது

என்ற வரிகளில் கவிஞருக்கும் புத்தருக்கும் அல்லது நமக்கும் நமக்கும் இடையேயான பிரிகோடு அழிகிறது, அல்லது அழுந்தப் பதிகிறது.

குறையென்று ஏதாவது சுட்டியாக வேண்டுமென்றால், சில சமயம் ஒரு கவிதையில் பல படிமங்களும் குறியீடுகளும் அடுத்தடுத்து இடம்பெறும்போது அவற்றை தனித்தனியாக உள்வாங்கிக் கொள்வதிலேயே கவனம் நின்றுவிடுவதால் மேற்குறிப்பிட்ட 'அகண்ட அல்லது அகல்விரிவான காட்சி அல்லது பார்வை மனதிற்குள் புகத் தவறிவிடுகிறது' என்று சொல்லத் தோன்றுகிறது.

பெருங்கருணை
அதற்குமேல் ஒன்றும் இல்லை
என்கிறவர்களுக்குத் தெரியாது
ஈமத்தின் கடைசிக்கங்கு வரை
காத்திருப்பவன் எத்தனை முறை
ஆகாசம் பார்க்கிறான் என்பது.

இந்தக் குறுங்கவிதை தரும் அதிர்வை வார்த்தைகளில் விவரிக்க இயலாது. இதற்கான சித்திரம் துப்பாக்கி ஏந்திய கையாக இருப்பது இந்தக் கவிதையின் இயங்குதளத்தை மேலும் விரிவாக்குகிறது. இந்தத் தொகுப்பில் இடம்பெறும் ஓவியங்களும் மிகுந்த கவனத்தைக் கோருபவை.

சதா சொற்களில் சிதை வளர்த்துக் காத்திருப்பவர்கள்,

மொழியின் சூடு எக்கணத்திலிருந்து
நிறமுறிஞ்சத் தலைப்படுகிறது

தற்கணத்தின் புதிர் அவ்வளவு எளிய
ரகசியம்

அறுவடை முடிந்த நிலத்தை
எரித்துக் கொண்டிருக்கும்
கரத்தின் மீது
எங்கிருந்தோ பறந்தமர்கிறது

ஓர் இலைப்பூச்சி

திமில் கரையப் பெய்யும் மேகம்

என்று இந்தத் தொகுப்பிலுள்ள பலப்பல வரிகள் மனதில் ஒரு இனம் புரியா நெகிழ்வையும் நிறைவமைதியையும், பரிதவிப்பையும் வரவாக்குகின்றன. நம் வலிகளை, பரவசங்களை, வாழ்வு குறித்த விமர்சனங்களை, நம்பிக்கைகளை, அவநம்பிக்கைகளை, நமக்காக, நாமேயாக கவிஞர் நேசமித்ரன் கவிதையாக்கியிருப்பதைப் போல் தோன்றுகிறது. அதற்காக அவருக்கு நன்றி சொல்லத் தோன்றுகிறது.

தோழமையுடன்
லதா
20.10.2016

நன்றி நவிலல்

என் மூன்றாவது கவிதைத் தொகுப்பு 'ஜெல்லி மீன்கள் கரையொதுங்கும் கடல்' தேர்ந்த வாசகரும், மிகச் சிறந்த புகைப்படக்கலை வல்லுனரும், படைப்பாளிகளை ஊக்குவிக்கும் இலக்கியச் செயல்பாடுகளில் தன்னை தொடர்ந்து ஈடுபடுத்திக் கொள்பவருமான என் ப்ரியத்திற்குரிய நண்பர் அருணாச்சலத்தின் புதிய பதிப்பகமான மேகா பதிப்பகத்தின் முதல் வெளியீடாக வெளிவருகிறது. இயல்பிலேயே இருக்கும் விட்டேத்தித்தனமும் சோம்பலும் எப்போதும் துரத்தும் புறக்கணிப்புகளும் அழுத்த, நண்பர்களும் அணுக்கர்களும் மீதமிருக்கும் கவிதைகளைத் தொகுப்பாக்கச் சொன்னபோது ஒரு மெல்லிய புன்னகையை கேடயமாக்கி தப்பி வந்தேன்.

இடையறாது நம் படைப்புகளை விமர்சித்தும் விவாதித்தும் பரிந்துரைத்தும் கொண்டு செல்பவர்கள் நம் சாக்குகளை உடைத்தெறியும் சூட்சுமம் அறிந்தவர்களாய் இருப்பது இயல்புதானே. அப்படி நண்பர் அருணாச்சலம் அவர்களின் உந்துதலில் உருவானதுதான் இந்த மூன்றாவது தொகுப்பிற்கான பணி. ஒரு படைப்பாளியாக இதன் ஆக்கத்தில் மிகத் திருப்தியும் இந்தக் கவிதைகளில் இருந்து விடுதலையும் அடைந்திருக்கிறேன், இந்தத் தொகுப்பு வாயிலாக.

இத்தொகுப்பை நாளொன்றுக்கு எண்தேர் செய்யும் தச்சன் தவமிருந்து முக்கால் மாதம் உழைத்து செய்த ஒரு தேர், எப்போதும் முத்தங்களுக்குரிய கவிஞர், மொழிபெயர்ப்பாளர், வரைகலை நிபுணர் ஆரண்யம் இதழ் ஆசிரியர் ஸ்ரீபதி பத்மநாபா வடிவமைத்திருக்கும் இப்புத்தகம்.

இதற்கு முன்னுரையும் அணிந்துரையும் மதிப்புரையும் வழங்கி இருக்கும் மூவரில் இருவர் என் முன்னோடிகள். ஒருவர் என் சகபயணி. வடிவம், உள்ளடக்கம், உத்தி, சிடுக்குகள் மற்றும் ஒப்பீடுகளால் ஆன தம் பார்வைகளை திறப்புகளாக முன் வைத்திருக்கும் மூவருக்கும் என் தாழ்மையான வணக்கங்களும் அன்பும். என் கவிதைகளோடு கிட்டத்தட்ட 6-7 வருடங்களாக உடன் பயணித்து நல்லன உரைத்து அல்லன இடித்து தவறாமல் பரிந்துரைத்து வரும் கவிஞர், என் பெரும் ப்ரியத்திற்குரிய ராஜசுந்தரராஜன், மிக அற்புதமான வாசிப்பாளர், மொழிபெயர்ப்பாளர் மதிப்பிற்குரிய கவிஞர் ரிஷி (லதா ராமக்ருஷ்ணன்), என் சக பயணி கவிஞர் மொழிபெயர்ப்பாளர் சகலத்திற்கும் மேலாக காதலுக்குரிய நண்பர் பாம்பாட்டிச் சித்தன் ஆகியோருக்கான நன்றிகளை பகிர்வதில் மகிழ்கிறேன்.

மேம்பாலங்கள் திடீரென உதிக்கும் இந்தப் பெருநகரத்தின் ஏதோ ஒரு திசையிலிருந்து நித்தம் எப்படியேனும் சந்தித்து விடுவதும் தொடர்ச்சியான உரையாடல்கள் வழி கவிதைகளின் போக்கை அதன் மாறிவரும் ரசவாதத்தை புதிய வருகைகளை விவாதிப்பதுமாய் நகரும் வாழ்வில் எப்போதும் உடனிருக்கும் காதலுக்குரிய கவிஞர் செல்மா பிரியதர்ஷனுக்கு இந்த கவிதைகளை தொகுத்ததில் விவாதித்ததில் பெரும் பங்குண்டு. அவருக்கு பேரன்பும் முத்தங்களும்.

சதா இலக்கிய நிகழ்வுகளுக்கு பயணித்து அகாலத்தில் வீடு திரும்பும் ஒருவனை சகித்து அன்பு பகிரும் மனைவிக்கும், அம்மாவிற்கும், தம் சொற் கிடங்கிலிருந்து என் கவிதைகளுக்கு புதிய வார்த்தைகளை இரவல் தரும் மகன்கள் லிபி மகிழனுக்கும் இன்னும் பெயரிடப் பெறாத இளைய மகனுக்கும் குழந்தைகள் தீபக் மற்றும் ஹனுமிகாவிற்குமான ப்ரியத்தை இத்தருணத்தில் பதிய விரும்புகிறேன். தொடர்ந்து நேரில், முகப்புத்தகத்தில் இந்த கவிதை களுக்கான ஊக்கமும் உற்சாகமும் வழங்கிய நண்பர்கள் சகலருக்கும் என் நன்றியும் அன்பும்.

- நேசமித்ரன்

www.ingramcontent.com/pod-product-compliance
Lightning Source LLC
LaVergne TN
LVHW100828051026
849519LV00006B/2223
9789390884070